സുവർണ്ണ ചലച്ചിത്രങ്ങൾ

സുവർണ്ണകമലം നേടിയ മലയാള ചലച്ചിത്രങ്ങൾ

suvarna chalachitrangal

•

anilkumar k s, resmi g

•

first edition
december 2017

•

typesetting & published
chintha publishers, thiruvananthapuram

•

cover
vinod

വിതരണം

ദേശാഭിമാനി ബുക്ക് ഹൗസ്

H O തിരുവനന്തപുരം-695 035
phone: 0471-2303026, 6063026
www.chinthapublishers.com
chinthapublishers@gmail.com

ബ്രാഞ്ചുകൾ

ഹെഡ്ഡാഫീസ് ബ്രാഞ്ച് കുന്നുകുഴി • സ്റ്റാച്യു തിരുവനന്തപുരം • കെ എസ് ആർ ടി സി ബസ് സ്റ്റേഷൻ ആലപ്പുഴ • കെ എസ് ആർ ടി സി ബസ് സ്റ്റേഷൻ എറണാകുളം • മച്ചിങ്ങൽ ലെയ്ൻ തൃശൂർ • ഐ ജി റോഡ് കോഴിക്കോട് • മാവൂർ റോഡ് കോഴിക്കോട് • എൻ ജി ഒ യൂണിയൻ ബിൽഡിങ് കണ്ണൂർ • സെൻട്രൽ ബസ് ടെർമിനൽ കോംപ്ലക്സ് താവക്കര കണ്ണൂർ

CO - VV. 130 / 2794 / 4505
ISBN - 978-93-86637-61-1

സുവർണ്ണ ചലച്ചിത്രങ്ങൾ

സുവർണ്ണകമലം നേടിയ മലയാള ചലച്ചിത്രങ്ങൾ

അനിൽകുമാർ കെ എസ്
രശ്മി ജി

ചിന്ത പബ്ലിഷേഴ്സ്
തിരുവനന്തപുരം-695 035

അനിൽകുമാർ കെ എസ്

കോട്ടയം കറുകച്ചാലിൽ കെ ആർ സുകുമാരന്റെയും പൊന്നമ്മയുടെയും മകൻ. മൂവാറ്റുപുഴ ശ്രീനാരായണ കോളേജിൽനിന്നും എജ്യൂക്കേഷനിൽ ബിരുദം. ചങ്ങനാശ്ശേരി എൻ എസ് എസിൽനിന്നും മലയാളത്തിൽ എം എ, കാര്യവട്ടം കാമ്പസിൽനിന്നും എം ഫിൽ ബിരുദങ്ങൾ, സ്കൂൾ ഓഫ് ലെറ്റേഴ്സിലെ ഗവേഷണത്തോടൊപ്പം വിവിധ ആനുകാലികങ്ങളിൽ ലേഖനങ്ങളും നിരൂപണങ്ങളും എഴുതുന്നു. രശ്മി ജിയോടൊപ്പം *കേരളഭൂഷണം* വാരാന്തത്തിൽ ചലച്ചിത്രനിരൂപണവും *ജനയുഗം* വാരാന്തത്തിൽ 'തിരവെളിച്ചം - കാലം ജീവിതം സമൂഹം' എന്ന ചലച്ചിത്ര പംക്തിയും *കവിമൊഴി* മാസികയിൽ 'സെല്ലുലോയ്ഡിലെ അവിസ്മരണീയ ചിത്രങ്ങൾ' എന്ന ചലച്ചിത്ര പംക്തിയും *ഒരുമ* മാസികയിൽ 'വെള്ളിത്തിര - കാഴ്ചയുടെ കാണാപ്പുറങ്ങൾ', *പ്രസാധകൻ* മാസികയിൽ - വെള്ളിത്തിരയുടെ രാഷ്ട്രീയം' എന്നീ പംക്തികളും എഴുതുന്നു. 2014 ലെ മികച്ച ചലച്ചിത്ര ലേഖനത്തിനുള്ള ഫിലിം ക്രിറ്റിക്സ് അവാർഡ് ലഭിച്ചു. *ജനകീയ സിനിമ, കഥയുടെ കാലാന്തരങ്ങൾ, വിമതലൈംഗികത: ചരിത്രം സിദ്ധാന്തം രാഷ്ട്രീയം, ട്രാൻസ്ജന്റർ: ചരിത്രം സംസ്കാരം പ്രതിനിധാനം, തിരക്കാഴ്ചകളുടെ സൗന്ദര്യദർശനങ്ങൾ - ലെനിൻ രാജേന്ദ്രന്റെ ചലച്ചിത്രം ജീവിതം രാഷ്ട്രീയം* (എഡി.), *ലെസ്ബോസ് മലയാളത്തിലെ ലെസ്ബിയൻ കഥകൾ* (എഡി.) എന്നീ പുസ്തകങ്ങൾ പ്രസിദ്ധീകരിച്ചു.

വിലാസം : കൊട്ടാരത്തിൽ, ഉമ്പിടി പി ഒ
തോട്ടയ്ക്കാട് 686539, കോട്ടയം
ഫോൺ : 9605421086
email : resmianil2009@gmail.com

രശ്മി ജി

തിരുവനന്തപുരം നേമത്ത് വിജയകുമാരൻ നായരുടെയും ഗിരിജകുമാരിയുടെയും മകൾ. കരമന എൻ എസ് എസ് വിമെൻസ് കോളേജിൽ നിന്നും മലയാളത്തിൽ ബിരുദം. കാര്യവട്ടം മലയാള വിഭാഗത്തിൽനിന്നു എം എ, എം ഫിൽ ബിരുദങ്ങൾ. കേരള സർവ്വകലാശാലയിലെ ഗവേഷണത്തോടൊപ്പം വിവിധ ആനുകാലികങ്ങളിൽ ലേഖനങ്ങളും നിരൂപണങ്ങളും എഴുതുന്നു. അനിൽകുമാർ കെ എസിനോടൊപ്പം *കേരളഭൂഷണം* വാരാന്തത്തിൽ ചലച്ചിത്രനിരൂപണവും *ജനയുഗം* വാരാന്തത്തിൽ 'തിരവെളിച്ചം- കാലം ജീവിതം സമൂഹം' എന്ന ചലച്ചിത്ര പംക്തിയും *കവിമൊഴി* മാസികയിൽ 'സെല്ലുലോയ്ഡിലെ അവിസ്മരണീയ ചിത്രങ്ങൾ' എന്ന ചലച്ചിത്ര പംക്തിയും *ഒരുമ* മാസികയിൽ 'വെള്ളിത്തിര - കാഴ്ചയുടെ കാണാപ്പുറങ്ങൾ', *പ്രസാധകൻ* മാസികയിൽ - വെള്ളിത്തിരയുടെ രാഷ്ട്രീയം' എന്നീ പംക്തികളും എഴുതുന്നു. 2014 ലെ മികച്ച ചലച്ചിത്ര ലേഖനത്തിനുള്ള ഫിലിം ക്രിറ്റിക്സ് അവാർഡ് ലഭിച്ചു. *ജനകീയ സിനിമ, കഥയുടെ കാലാന്തരങ്ങൾ, വിമതലൈംഗികത: ചരിത്രം സിദ്ധാന്തം രാഷ്ട്രീയം, ട്രാൻസ്ജന്റർ: ചരിത്രം സംസ്കാരം പ്രതിനിധാനം, തിരക്കാഴ്ചകളുടെ സൗന്ദര്യദർശനങ്ങൾ - ലെനിൻ രാജേന്ദ്രന്റെ ചലച്ചിത്രം ജീവിതം രാഷ്ട്രീയം* (എഡി.), *ലെസ്ബോസ് മലയാളത്തിലെ ലെസ്ബിയൻ കഥകൾ* (എഡി.) എന്നീ പുസ്തകങ്ങൾ പ്രസിദ്ധീകരിച്ചു.

വിലാസം : വിജയഗിരി, കൊടുവാറ, ഇടയ്ക്കോട്, നേമം പി ഒ
തിരുവനന്തപുരം 695020
ഫോൺ : 9645600692
email : resmianil2009@gmail.com

ഉള്ളടക്കം

പ്രസാധകക്കുറിപ്പ്

ചലച്ചിത്രങ്ങൾ പലപ്പോഴും ഒരു ജനതയുടെ സാംസ്കാരിക ജീവിതത്തിന്റെ ആർക്കൈവുകളായി മാറാറുണ്ട്. സിനിമകൾ വന്നു പോകുന്നു. ചില സിനിമകൾ വരുന്നതേയുള്ളൂ, അവ പോകുന്നില്ല. പേർത്തും പേർത്തുമുള്ള കാണലിലൂടെ, പറച്ചിലിലൂടെ സാംസ്കാരിക വ്യവഹാരങ്ങളിലൂടെ അവ നിലനില്ക്കും. അത്തരത്തിൽ എക്കാലത്തും നിലനില്ക്കാൻ ശേഷിയുള്ള പതിനൊന്നു ചിത്രങ്ങളെപ്പറ്റിയുള്ള രചനകളാണ് ഈ പുസ്തകത്തിൽ. ഈ ചിത്രങ്ങൾക്ക് ഒരു സവിശേഷതയുണ്ട്. കേന്ദ്ര സർക്കാർ ഇന്ത്യയിലെ ഏറ്റവും മികച്ച സിനിമയ്ക്കായി വർഷാവർഷം നല്കിവരുന്ന സുവർണ്ണകമല പുരസ്കാരം നേടിയ മലയാള ചലച്ചിത്രങ്ങളാണിവ. വിജ്ഞാനവർഷ പരമ്പരയിലൂടെയാണീ പുസ്തകം പുറത്തുവരുന്നത്. വിദ്യാർത്ഥികൾക്ക് നമ്മുടെ മികച്ച സിനിമകളിലേക്ക് തിരിയേണ്ട സന്ദർഭങ്ങൾ വന്നുചേരും. അപ്പോൾ ഈ പുസ്തകം കൈയിലെടുക്കാം. അവർക്കു മാത്രമല്ല സിനിമകളെപ്പറ്റിയുള്ള കരുതൽ എപ്പോഴും ഉള്ളിൽ പേറുന്ന ഏതൊരു വായനക്കാരനും ഈ പുസ്തകം ഒരു കൈപ്പുസ്തകമായി ഉപയോഗിക്കാം.

ചിന്ത പബ്ലിഷേഴ്സ്

ആമുഖം

ഇന്ത്യയിലെ ഏറ്റവും മികച്ച സിനിമയ്ക്കു ലഭിക്കുന്ന പുരസ്കാരമായ സുവർണ്ണകമലം നേടുന്ന ചിത്രങ്ങളാണ് സുവർണ്ണ ചിത്രങ്ങൾ എന്നറിയപ്പെടുന്നത്. ഇന്ത്യയിലെ വിവിധ സംസ്ഥാനങ്ങളിൽനിന്നുള്ള ഭാഷാചിത്രങ്ങളോടു മത്സരിച്ചുകൊണ്ട് സുവർണ്ണ കമലം നേടിയെടുക്കുവാൻ നിരവധി തവണ മലയാള സിനിമയ്ക്കു കഴിഞ്ഞിട്ടുണ്ട്. അതുവഴി ദേശീയതലത്തിൽ മലയാള ചലച്ചിത്ര മേഖലയുടെ അഭിമാനമുയർത്തുവാനും സാധിച്ചു.

മികച്ച ചിത്രത്തിനുള്ള സുവർണ്ണ ചകോരം പുരസ്കാരം മലയാളത്തിലാദ്യമായി നേടുന്നത് രാമുകാര്യാട്ടിന്റെ സംവിധാനത്തിലൊരുങ്ങിയ *ചെമ്മീനാണ്* (1965). *ചെമ്മീനു* മുമ്പും മലയാള സിനിമ ദേശീയതലത്തിൽ ശ്രദ്ധനേടിയിരുന്നുവെന്നതൊരു വാസ്തവമാണ്. ചന്ദ്രതാര പ്രൊഡക്ഷൻസിന്റെ ബാനറിൽ ടി കെ പരീക്കുട്ടി നിർമ്മിച്ച് പി ഭാസ്കരനും രാമുകാര്യാട്ടും ചേർന്നു സംവിധാനം ചെയ്ത *നീലക്കുയിൽ* (1954) മലയാളത്തിന് ആദ്യമായി ദേശീയതലത്തിൽ പുരസ്കാരം നേടിക്കൊടുത്തു. മികച്ച രണ്ടാമത്തെ ചിത്രത്തിനുള്ള ദേശീയ പുരസ്കാരത്തോടൊപ്പം മികച്ച പ്രാദേശിക ചിത്രത്തിനുള്ള ബഹുമതിയും *നീലക്കുയിൽ* നേടി. ശ്രീധരൻ മാസ്റ്ററുടെയും നീലിയുടെയും വിജാതീയ പ്രണയ ദുരന്തത്തിന്റെ പശ്ചാത്തലത്തിൽ കേരളീയ സമൂഹത്തിന്റെ ജാതി സാമ്പത്തിക വ്യവഹാരങ്ങളെ വിശകലന വിധേയമാക്കിയ *നീലക്കുയിൽ* മലയാള സിനിമയുടെ ചരിത്രപഥങ്ങളിൽ വിപ്ലവകരമായ മാറ്റത്തെ അടയാളപ്പെടുത്തിയ ചലച്ചിത്രം കൂടിയാണ്. മലയാള സിനിമയിലെ കീഴാള സ്ത്രീ പ്രതിനിധാനത്തിന്റെ ആരംഭം *നീലക്കുയിലി*ലൂടെയായിരുന്നു.

1954 ലെ *നീലക്കുയിൽ* ദേശീയതലത്തിൽ രണ്ടാം സ്ഥാനമാണ് നേടിക്കൊടുത്തതെങ്കിൽ 1965 ലെ *ചെമ്മീൻ* ഒന്നാം സ്ഥാനം സ്വന്തമാക്കി.

ഐക്യകേരളം രൂപപ്പെട്ടതിനുശേഷം മലയാള സിനിമയ്ക്കു ലഭിക്കുന്ന പ്രഥമ സുവർണ്ണ ചകോരമാണ് *ചെമ്മീനി*ന്റേത്. 1965 നുശേഷം 1972 ലെ സ്വയംവരത്തിലൂടെ സുവർണ്ണ ചകോരം മലയാള സിനിമയെത്തേടി എത്തി. തുടർന്ന് *നിർമ്മാല്യം* (1973), *ചിദംബരം* (1985), *പിറവി* (1988), *കഥാപുരുഷൻ* (1995), *വാനപ്രസ്ഥം* (1999), *ശാന്തം* (2000), *പുലിജന്മം* (2005), *കുട്ടിസ്രാങ്ക്* (2009), *ആദാമിന്റെ മകൻ അബു* (2010) എന്നീ ചിത്രങ്ങളും ദേശീയതലത്തിൽ ഏറ്റവും മികച്ചവയായി അംഗീകരിക്കപ്പെട്ടു. ഈ ചലച്ചിത്രങ്ങൾ മലയാള സിനിമയുടെ രൂപപരമായ പരിണാമത്തിൽ കാര്യമായ പങ്കുവഹിച്ചവയാണ്.

തകഴിയുടെ ജനപ്രിയ നോവൽ *ചെമ്മീനി*ന്റെ ദൃശ്യഭാഷ്യം, ചലച്ചിത്രകാരന്മാരുടെ പ്രതിഭ, സംഘാടകശേഷി, ഭാവന എന്നിവയുടെ സമഞ്ജസമായ സമ്മേളനത്തിലൂടെ ജനപ്രീതിയും അംഗീകാരങ്ങളും നേടിയെടുത്തു. അടൂർ ഗോപാലകൃഷ്ണന്റെ *സ്വയംവരം* മലയാള സിനിമയിൽ നവസിനിമയുടെ പാത വെട്ടിത്തുറന്നു. കണ്ടു ശീലിച്ച ചലച്ചിത്രകാഴ്ചകളിൽനിന്നും വ്യതിരിക്തമായ ചലച്ചിത്ര നിർമ്മിതികളും സാദ്ധ്യമാകുമെന്നു *സ്വയംവരം* പ്രേക്ഷകരെയും ചലച്ചിത്ര ലോകത്തെയും ബോധ്യപ്പെടുത്തി. *സ്വയംവര*ത്തിനു തൊട്ടടുത്ത വർഷം വിപ്ലവകരമായ ചലച്ചിത്രോദ്യമം എന്ന വിശേഷണം നേടിയെടുത്ത *നിർമ്മാല്യ*വും ദേശീയ പുരസ്കാരം നേടിയെടുത്തു. *ചിദംബരം* ഉൾപ്പെടെയുള്ള സിനിമകളും പുതിയൊരു ചലച്ചിത്ര സംസ്കാരത്തെ ഒരുക്കിയെടുത്ത ചിത്രങ്ങൾ തന്നെയാണ്. ഓരോ കാലഘട്ടത്തിലും കലാ സിനിമ ശുഷ്കവും ദരിദ്രവുമായ അവസ്ഥകളിലേക്കു കൂപ്പുകുത്തിയപ്പോൾ അതിനെ പ്രതിരോധിക്കുവാനും ഉയർത്തിയെടുക്കുവാനും സുവർണ്ണ കമലം നേടിയ സിനിമകൾക്കു കഴിഞ്ഞിരുന്നു. പരീക്ഷണപരമായ ആഖ്യാനങ്ങളിൽ കേരളീയമായ പശ്ചാത്തലത്തെ തീവ്രമായി സന്നിവേശിപ്പിക്കുവാൻ ഇത്തരം സിനിമകൾക്കു കഴിഞ്ഞു എന്നതാണ് അവയുടെ ഏറ്റവും വലിയ നേട്ടം.

ദേശീയ പുരസ്കാരങ്ങൾ ഏതൊരു സിനിമയ്ക്കും വലിയ അംഗീകാരങ്ങൾക്കൊപ്പം പ്രചോദനങ്ങളും നല്കുന്നു. സാമ്പത്തികമായും സാങ്കേതികമായും വലിയൊരു പ്ലാറ്റ്ഫോമിൽ ഇനിയും എത്തിയിട്ടില്ലാത്ത മലയാള സിനിമയ്ക്കു ലഭിക്കുന്ന അപൂർവ്വം നേട്ടങ്ങളിലൊന്നാണ് സുവർണ്ണ കമലം പുരസ്കാരം. പരാജയങ്ങളിലൂടെയും ത്യാഗങ്ങളിലൂടെയും സഞ്ചരിക്കുന്ന ഒട്ടനവധിയാളുകളുടെ പ്രതീക്ഷകളും ഉത്തേജനവും കൂടിയാണ് ഇത്തരം പുരസ്കാരങ്ങൾ. ഓരോ കാലഘട്ടത്തിലും സുവർണ്ണ കമലം നേടിയ മലയാള ചലച്ചിത്രങ്ങളെ വിശകലനം ചെയ്യുകയാണ് *മലയാളത്തിലെ സുവർണ്ണ ചലച്ചിത്രങ്ങൾ* എന്ന ഈ ഗ്രന്ഥത്തിൽ. ചിന്ത പബ്ലിഷേഴ്സിന്റെ വിജ്ഞാനവർഷം പരമ്പരയിലേക്ക് ഇത്തരമൊരു ഗ്രന്ഥം തയ്യാറാക്കുവാനാവശ്യപ്പെട്ടത് സബ് എഡിറ്ററായ രാജേഷ് ചിറപ്പാടാണ്. രാജേഷ് ചിറപ്പാടിനോടുള്ള കടപ്പാട് അറിയിക്കുന്നതിനൊപ്പം *ശാന്തം* വീണ്ടും കാണുവാനുള്ള അവസരം നല്കിയ സംവിധായകൻ ജയരാജിനോടുള്ള നന്ദിയും അറിയിച്ചുകൊള്ളുന്നു.

രശ്മി ജി, അനിൽകുമാർ കെ എസ്

ചെമ്മീൻ (1965)

ബാനർ	- കണ്മണി ഫിലിംസ്
സംവിധാനം	- രാമുകാര്യാട്ട്
തിരക്കഥ, സംഭാഷണം	- എസ് എൽ പുരം സദാനന്ദൻ
നിർമ്മാണം	- ബാബുസേഠ്
ഛായാഗ്രഹണം	- മാർക്കസ് ബട്ട്ലി, യു രാജഗോപാൽ
ചിത്രസംയോജനം	- ഋഷികേശ് മുഖർജി
ഗാനരചന	- വയലാർ
സംഗീതം	- സലിൽ ചൗധരി
അഭിനേതാക്കൾ	- സത്യൻ, മധു, കൊട്ടാരക്കര, ഷീല, എസ് പി പിള്ള, അടൂർ ഭവാനി, അടൂർ പങ്കജം

മലയാള ചലച്ചിത്രത്തിന് ചരിത്രത്തിലാദ്യമായി രാഷ്ട്രപതിയുടെ സ്വർണ്ണമെഡൽ നേടിക്കൊടുത്ത ചിത്രമാണ് *ചെമ്മീൻ*. തകഴിയുടെ പ്രതിഭ പതിഞ്ഞ *ചെമ്മീൻ* എന്ന നോവലിനെ അതേ പേരിൽ ചലച്ചിത്ര രൂപത്തിലാക്കുകയാണ് സംവിധായകൻ രാമുകാര്യാട്ട്. സംവിധായകൻ എന്ന നിലയിൽ തന്റെ സംഘാടക ശേഷിയെ പൂർണ്ണമായും വിനിയോഗിച്ച രാമുകാര്യാട്ട് ലോകസിനിമയിലെതന്നെ മികച്ച പ്രതിഭകളെ ചിത്രത്തിന്റെ പിന്നണിയിൽ ഉപയോഗപ്പെടുത്തി. കണ്മണി ബാബുവെന്ന നിർമ്മാതാവിന്റെ സഹായസഹകരണങ്ങളും വലിയൊരളവോളം ചിത്രത്തിനു ഗുണപ്രദമായി. *ചെമ്മീൻ* എന്ന നോവലിനു ലഭിച്ചിരുന്ന ജനപ്രീതി ചിത്രത്തിന്റെ വിജയത്തിനു കരുത്തേകുമെന്ന അണിയറ പ്രവർത്തകരുടെ ധാരണകൾ തെറ്റിയില്ലെന്നു മാത്രമല്ല കലാപരമായ രീതിയിലും ചിത്രം വ്യാപകമായി സ്വീകരിക്കപ്പെട്ടു.

ചെമ്മീൻ സിനിമയിൽ മധു, ഷീല

1957 ൽ തകഴി രചിച്ച നോവലിൽ അരയ സമുദായത്തിന്റെ ജീവിതാനുഭവങ്ങൾ, മോഹങ്ങൾ -മോഹഭംഗങ്ങൾ, പ്രണയം -പ്രണയ ദുരന്തങ്ങൾ, ദാമ്പത്യം -ദാമ്പത്യ പരാജയങ്ങൾ എന്നിവയെല്ലാം അവതരിപ്പിച്ചു. അരയ സമുദായക്കാരനായ ചെമ്പൻകുഞ്ഞിന്റെ മകൾ കറുത്തമ്മയുടെയും, മത്സ്യക്കച്ചവടക്കാരനായ പരീക്കുട്ടിയുടെയും ഹൃദയബന്ധത്തിലൂടെ നീങ്ങുന്ന നോവൽ വക്രബുദ്ധിയിലൂടെയുള്ള ചെമ്പൻകുഞ്ഞിന്റെ വളർച്ച ആവിഷ്കരിക്കുന്നു. നീർക്കുന്നത്തുകാരൻ പളനിയെ വിവാഹം കഴിച്ചുപോകുന്ന കറുത്തമ്മയുടെ ദാമ്പത്യം പ്രതിസന്ധികൾ നിറഞ്ഞതാകുകയും പ്രണയ പരാജിതനായ പരീക്കുട്ടി ദുരന്തകാമുകനായി അലയുകയും ചെയ്യുന്നു. രണ്ടാം വിവാഹം കഴിക്കുന്ന ചെമ്പൻകുഞ്ഞ് തന്റെ സമ്പാദ്യം നഷ്ടപ്പെടുന്ന സാഹചര്യത്തിൽ കറുത്തമ്മയെ സംബന്ധിച്ച യാഥാർത്ഥ്യങ്ങൾ തിരിച്ചറിയുന്നതിലൂടെ ഭ്രാന്തനാവുന്നു. കരയിലിരിക്കുന്ന അരയത്തിപ്പെണ്ണിന്റെ ചാരിത്ര്യശുദ്ധി കടലിൽ പോകുന്ന പുരുഷന്റെ ജീവനു കാവലാണെന്ന അരയ സമുദായത്തിന്റെ വിശ്വാസ പ്രമാണത്തെ ലംഘിക്കുന്ന കറുത്തമ്മ പരീക്കുട്ടിയുടെ അടുത്തേക്കിറങ്ങി ചെല്ലുമ്പോൾ കടലിൽ പളനി കൊമ്പൻ സ്രാവിന്റെ പിന്നാലെ പോയി ചുഴിയിൽപെട്ടു മരിക്കുന്നു.

സാഹിത്യരംഗത്തു മികച്ച സ്ഥാനം നേടിയെടുത്ത തകഴി ശിവശങ്കരപ്പിള്ളയുടെ തികച്ചും വ്യത്യസ്തമായ ആഖ്യാനവും പശ്ചാത്തലവുമുള്ള *ചെമ്മീൻ* ഇതിവൃത്തപരമായി നിരവധി വിമർശനങ്ങളെ നേരിടുകയും അവയെ പ്രതിരോധിക്കുവാൻ തകഴി നല്കിയ മറുപടികളും ഇന്നു

തകഴി

ചരിത്രത്തിന്റെ ഭാഗമാണ്. പുരോഗമന സാഹിത്യത്തിന്റെ വക്താവ് എന്ന ലേബൽ പതിഞ്ഞുകിട്ടിയ തകഴിയിൽ നിന്നും *ചെമ്മീൻ* പോലെയൊരു പ്രണയകഥ പശ്ചാത്തലമായ നോവൽ അക്കാലത്തെ കേരളീയ സമൂഹം പ്രതീക്ഷിച്ചിരുന്നില്ല. ജോസഫ് മുണ്ടശ്ശേരി, പി ഗോവിന്ദപ്പിള്ള തുടങ്ങിയവർ *ചെമ്മീനി*നെ കാല്പനിക പ്രണയ ദുരന്തകഥയായി പരിഗണിച്ച് തകഴിയുടെ രചനാ ശൈലിയെ വിമർശിച്ചു. തകഴി നോവലിലൂടെ കൊണ്ടുവന്ന അരയ സമുദായത്തിന്റെ വിശ്വാസപ്രമാണങ്ങളെ ഡോ.വേലുക്കുട്ടി അരയൻ ചോദ്യം ചെയ്തുകൊണ്ട് പുതിയ തലമുറയിൽ അന്ധവിശ്വാസങ്ങൾ അടിച്ചേല്പിക്കുവാൻ ശ്രമിക്കുന്നുവെന്ന വിമർശനവും ഉയർത്തിയിരുന്നു. പുരോഗമന സാഹിത്യത്തിന്റെ പ്രതിസന്ധിഘട്ടത്തിൽ പുതിയൊരു ദിശാമാറ്റം ആഗ്രഹിച്ചിരുന്ന തകഴി, *ചെമ്മീൻ* എഴുതിയപ്പോൾ അന്ധവിശ്വാസത്തെ സ്ഥാപിക്കുവാനോ പ്രചരിപ്പിക്കുവാനോ ഉദ്ദേശിച്ചിരുന്നില്ല എന്ന് വ്യക്തമാക്കുകയും ചെയ്തിരുന്നു.

1965 ൽ *ചെമ്മീൻ* നിർമ്മിക്കപ്പെട്ടുവെങ്കിലും 1966 ആഗസ്തിലാണ് ചിത്രം പ്രദർശനത്തിനെത്തിയത്. മലയാള സിനിമയുടെ ചരിത്രത്തിൽ അനുകല്പന സിനിമകളിൽ അത്ഭുതപ്പെടുത്തുന്ന വിജയം നേടിയ *ചെമ്മീനി*ന്റെ പ്രദർശനവിജയത്തിനു പിന്നിൽ മധു, സത്യൻ, കൊട്ടാരക്കര, ഷീല, അടൂർഭവാനി തുടങ്ങിയവരുടെ അഭിനയ ശേഷിയും വയലാർ - സലിൽ ചൗധരി ടീം ഒരുക്കിയ കടലിനക്കരെ പോണോരേ, പുത്തൻവലക്കാരെ, പെണ്ണാളെ പെണ്ണാളേ, മാനസമൈനേ വരൂ എന്നീ ജനപ്രിയ ഗാനങ്ങളുമുണ്ടായിരുന്നു. ദേശീയ അവാർഡുനേടിയ മലയാള സിനിമകളിൽനിന്നും *ചെമ്മീൻ* വേറിട്ടുനില്ക്കുന്നത് അതിന്റെ ജനപ്രീതിയുടെയും കമ്പോളവിജയത്തിന്റെയും അടിസ്ഥാനത്തിലാണ്.

നോവലും സിനിമയും

ജനപ്രിയ കൃതികളെ ചലച്ചിത്രമാക്കുമ്പോൾ സാഹിത്യപാഠത്തെ

അതേപടി ചലച്ചിത്രമാക്കുവാനാണ് അറുപതുകളിലെ സംവിധായകർ ശ്രമിച്ചിരുന്നത്. *ചെമ്മീൻ* അഭ്രപാളിയിലാക്കിയ രാമുകാര്യാട്ട് ഒരു വിവർത്തകന്റെ വേഷമാണ് അണിയുന്നത്. നോവലിനെ പരമാവധി പിന്തുടരുന്ന കാര്യാട്ട് ചിത്രത്തിന്റെ ചില ഭാഗങ്ങളിൽ സംവിധായക യുക്തി തന്ത്രപൂർവ്വം ഉപയോഗപ്പെടുത്തുന്നുണ്ട്. നോവലിൽ കടൽ ഒരു പശ്ചാത്തലം മാത്രമാണെങ്കിൽ ചലച്ചിത്രത്തിൽ കടലാണ് കേന്ദ്രകഥാപാത്രമായി നില്ക്കുന്നത്. നോവലിൽ കണ്ടകോരന്റെ വള്ളം നേരിൽ കണ്ട് വാങ്ങുവാൻ ചെമ്പൻകുഞ്ഞ് പോകുന്നതും വള്ളം തുറയിലെത്തിക്കുന്നതും ചെറിയ പരാമർശങ്ങളിലൊതുങ്ങുന്നുവെങ്കിൽ ചലച്ചിത്രത്തിൽ അവ വിശദമായിത്തന്നെ ആവിഷ്കരിക്കപ്പെട്ടിരിക്കുന്നു. പരീക്കുട്ടിയുടേയും കറുത്തമ്മയുടെയും പ്രണയത്തെ അതേപടി നിലനിർത്തിയ ചലച്ചിത്രം നോവലിന്റെ വികാരതരളിതമായ, കാല്പനികത തുളുമ്പി നില്ക്കുന്ന ഭാഷയെയും ചിത്രത്തിൽ ഉപയോഗിച്ചിരിക്കുന്നു. നോവലിനെ കാര്യമായി പിന്തുടരുന്ന സംവിധായകൻ ചെമ്പൻകുഞ്ഞ് ഭ്രാന്തനായി മാറുന്ന രംഗത്തെ നോവലിൽനിന്നും ചുരുക്കിയാണ് ചിത്രത്തിലാവിഷ്കരിച്ചിരിക്കുന്നത്.

പാപ്പിക്കുഞ്ഞും നല്ലപെണ്ണും തമ്മിലുള്ള വഴക്കിനെപ്പറ്റി പാപ്പിക്കുഞ്ഞ് ചെമ്പൻകുഞ്ഞിനോടു പരാതി പറയുമ്പോൾ പഞ്ചമിക്ക് സ്വാതന്ത്ര്യം നല്കിയാൽ അവളും കറുത്തമ്മയെപ്പോലെ പിഴച്ചുപോകുമെന്നും ആരോപിക്കുന്നു. അതിന്റെയടിസ്ഥാനത്തിൽ കഴിഞ്ഞകാല സംഭവങ്ങളെ ഓർത്തെടുക്കുന്ന ചെമ്പൻകുഞ്ഞിന് പുതിയ തിരിച്ചറിവുകളുണ്ടാകുന്നു. കറുത്തമ്മയും പരീക്കുട്ടിയും തമ്മിലുള്ള ബന്ധം തിരിച്ചറിയുന്ന ചെമ്പൻകുഞ്ഞ് ഭ്രാന്തമായ അവസ്ഥയിൽ പഞ്ചമിയെ മർദ്ദിക്കുന്നു. കറുത്തമ്മയെക്കുറിച്ചുള്ള സത്യം ചക്കിയിൽനിന്നും നേരിട്ടു മനസ്സിലാക്കാനെന്നോണം ചെമ്പൻകുഞ്ഞ് ചക്കിയുടെ ശവക്കുഴിതോണ്ടുന്നു. നോവലിലെ ഇത്തരം സന്ദർഭങ്ങളെ ഒഴിവാക്കിയാണ് ചെമ്പൻകുഞ്ഞ് ഭ്രാന്തനായി മാറുന്നതിനെ ചലച്ചിത്രം അവതരിപ്പിച്ചിരിക്കുന്നത്. ചലച്ചിത്രഭാഷയിലേക്കു സാഹിത്യകൃതി മാറുമ്പോൾ ആവശ്യമായ കൂട്ടലുകളും കുറയ്ക്കലുകളും സ്വാഭാവികമാണ്. നോവലിൽ നീർക്കുന്നത്തുനിന്നും പഞ്ചമി അപ്രത്യക്ഷമായെന്നുള്ള സൂചനയേയുള്ളുവെങ്കിൽ ചലച്ചിത്രത്തിൽ ചെമ്പൻകുഞ്ഞിന്റെ ഭ്രാന്തൻ അവസ്ഥകൾ കണ്ടു ഭയന്ന പഞ്ചമി തൃക്കുന്നപ്പുഴക്കടപ്പുറത്ത് കറുത്തമ്മയുടെ അരികിലെത്തുന്നു. നോവലിലെ എല്ലാ കഥാപാത്രങ്ങളേയും നിലനിറുത്തിക്കൊണ്ടാണ് സംവിധായകൻ ചലച്ചിത്രം രൂപപ്പെടുത്തിയിരിക്കുന്നത്.

മലയാളത്തിൽ *ചെമ്മീനി*നു മുമ്പും ശേഷവും അനുകല്പനകൃതികൾ ധാരാളമുണ്ടായിട്ടുണ്ട്. അവയ്ക്ക് ഒന്നിനും നേടുവാൻ കഴിയാത്ത വിപണി വിജയവും ജനപ്രീതിയും ഒപ്പം ദേശീയ അന്തർദ്ദേശീയ പുരസ്കാരങ്ങളും *ചെമ്മീൻ* നേടിയെടുത്തു. അതുവഴി മലയാള ചലച്ചിത്രരംഗത്ത് പുതിയൊരു ചരിത്രം നിർമ്മിക്കുവാൻ രാമു കാര്യാട്ടിനും സംഘത്തിനും കഴിഞ്ഞു.

അനശ്വര പ്രണയകാവ്യം/ ദുരന്ത പ്രണയകാവ്യം

പുറക്കാട്ടു കടപ്പുറത്തെ മുക്കുവന്മാരുടെ ജീവിതത്തിലൂടെ സഞ്ചരിക്കുന്ന *ചെമ്മീൻ* അരയസമുദായത്തിന്റെ വിശ്വാസപ്രമാണങ്ങളും പാരമ്പര്യം, പ്രകൃതി എന്നിവയോടുള്ള യോജിപ്പുകളും വിയോജിപ്പുകളും അവതരിപ്പിക്കുന്നു. അരയ സംസ്കാരത്തിന്റെ സമഗ്രാവതരണം, അരയസമുദായങ്ങളുടെ ദുരന്തങ്ങൾ എന്നിവയ്ക്കപ്പുറം മലയാളി പ്രേക്ഷകനിൽ *ചെമ്മീൻ* ഇപ്പോഴും നിലനില്ക്കുന്നത് ഒരു അനശ്വര പ്രണയകാവ്യം എന്ന നിലയിലാണ്. ആ പ്രണയമാകട്ടെ ദുരന്തപര്യവസായിയുമാണ്. പുറക്കാട്ടു കടപ്പുറത്തെ ചെമ്പൻകുഞ്ഞിന്റെ മകൾ കറുത്തമ്മ, മീൻ കച്ചവടക്കാരനും നാലാം വേദക്കാരനുമായ പരീക്കുട്ടി എന്നിവർ തമ്മിലുള്ള വിജാതീയ പ്രണയം പാരമ്പര്യ ആചാരവിശ്വാസങ്ങളെ മറികടക്കുന്നവയും പ്രണയത്തിനുവേണ്ടി ജീവിതം ബലികഴിക്കുന്നതുമാണ്. വിജാതീയ പ്രണയത്തിലെ സമുദായ വിലക്കുകളുടെ പ്രതിനായക സ്വഭാവം കറുത്തമ്മ- പരീക്കുട്ടി പ്രണയത്തിൽ കടന്നുവരുന്നുവെങ്കിലും അതിനേക്കാളുപരി അരയ സമുദായത്തിലെ സ്ത്രീകേന്ദ്രീകൃതമായ ചാരിത്ര്യശുദ്ധി വിശ്വാസമാണ് കറുത്തമ്മയെ പരീക്കുട്ടിയുടെ പ്രണയത്തിൽനിന്നും പിന്തിരിപ്പിക്കുന്നത്. പരീക്കുട്ടിയുടെ പ്രണയത്തെ അച്ഛന്റെ വള്ളവും വലയുമെന്ന സ്വപ്ന സാക്ഷാൽക്കാരത്തിനായി ഉപയോഗപ്പെടുത്തുന്ന കറുത്തമ്മ പരീക്കുട്ടിയുടെ പ്രണയത്തിന്റെ ആഴം തിരിച്ചറിയുന്നുണ്ട്. ചെമ്പൻകുഞ്ഞിന്റെ നെറികേടുകൊണ്ട് ദരിദ്രനായി മാറുന്ന പരീക്കുട്ടി കുടുംബത്തിൽ തിരസ്കൃതനാകുന്നു. പരീക്കുട്ടിക്കു മടക്കി നല്കുവാനുള്ള സാമ്പത്തിക ബാദ്ധ്യതയുടെ അലട്ടലുകൾക്കൊടുവിൽ പളനിയെ വിവാഹം കഴിക്കുവാൻ നിർബ്ബന്ധിതയാകുന്ന കറുത്തമ്മ അമ്മ ചക്കിയുടെ കുറ്റപ്പെടുത്തലുകൾ കേട്ട് കരവിട്ടുപോകുന്നു.

പളനിയുടെ ഭാര്യയായിരിക്കുമ്പോൾ പരീക്കുട്ടിയുമായുള്ള പൂർവ്വകാലപ്രണയത്തിന്റെ അപവാദങ്ങൾ പിന്തുടരേണ്ടിവരുന്ന കറുത്തമ്മയുടെ ജീവിതവും ഭാര്യയെപ്പറ്റി മോശമായി സംസാരിക്കുന്ന സുഹൃത്തുക്കൾക്കിടയിൽ ഒറ്റപ്പെട്ടുപോകുന്ന പളനിയുടെ ജീവിതവും കൂടുതൽ സംഘർഷാത്മകമായിത്തീർന്നു. ഭാര്യയെ സ്നേഹിക്കുമ്പോൾത്തന്നെ അവളെ അവിശ്വസിക്കുവാൻ നിർബ്ബന്ധിതനാകുന്ന പളനി സംശയത്തിന്റെ കുറ്റപ്പെടുത്തലുകൾ നാട്ടുകാരിൽ പഴിചാരി രക്ഷപ്പെടുന്നുണ്ട്. നാട്ടുകാരുടെ അവഗണനകളെ അതിജീവിക്കുന്ന പളനി ചില സന്ദർഭങ്ങളിൽ വീട്ടിലെത്തുന്ന പഞ്ചമിയുമായി കറുത്തമ്മ പരീക്കുട്ടിയുടെ കാര്യം സംസാരിക്കുന്നതു കേൾക്കുകയും അതിലൂടെ സംശയം ശക്തിപ്പെടുന്ന അയാൾ അത് പ്രകടിപ്പിക്കുമ്പോൾ പരീക്കുട്ടിയുമായുള്ള പ്രണയം കറുത്തമ്മ സമ്മതിക്കുന്നു. വിശ്വാസങ്ങൾ തകർന്ന പളനി ചെറിയ വള്ളത്തിൽ കാറ്റിലും കോളിലും ഇളകി മറിയുന്ന കടലിലേക്കു പോകുമ്പോൾ കറുത്തമ്മ തന്നെത്തേടിവരുന്ന പരീക്കുട്ടിയുടെ അടുക്കലെത്തുന്നു. അരയത്തി പിഴച്ചുപോയാൽ അരയന്റെ ജീവൻ നഷ്ടപ്പെടു

മെന്ന വിശ്വാസത്തെ മുൻനിറുത്തി പളനി കൊമ്പൻസ്രാവിന്റെ പുറകേ പോയി ചുഴിയിലകപ്പെടുന്നു. പിറ്റേന്നു പുലർച്ചെയിൽ കടൽത്തീരത്ത് ആലിംഗനബദ്ധരായി മരിച്ചുകിടക്കുന്ന പരീക്കുട്ടിയേയും കറുത്തമ്മയേയുമാണ് ചിത്രത്തിൽ കാണുന്നത്. (വിജാതീയ പ്രണയത്തിനു വിജയ സാദ്ധ്യതകൾ കല്പിച്ച് അനുവദിച്ചുകൊടുക്കുവാൻ അൻപതുകളിലും അറുപതുകളിലും മലയാള ചലച്ചിത്രലോകം തയ്യാറാവാതിരുന്നതിന്റെ തുടർച്ചയായി *ചെമ്മീനേ*യും വിലയിരുത്താവുന്നതാണ്)

സ്ത്രീ-സ്വത്വം-ലൈംഗികത

അരയ സമുദായക്കാരി കറുത്തമ്മയുടെ ആഗ്രഹങ്ങളും അവയുടെ തകർച്ചകളും പുതിയ ബന്ധത്തിന്റെ തുടർച്ചകളും ഒടുവിൽ അനിവാര്യമായ ദുരന്തവും അവതരിപ്പിക്കുന്ന *ചെമ്മീനിൽ* ഒരേ സമയം പലവിധ ഭാവങ്ങളെ, നിലപാടുകളെ സ്വീകരിക്കുന്ന സ്ത്രീത്വത്തെയാണ് കറുത്തമ്മയിൽ കാണുവാൻ കഴിയുക. അരയസമുദായത്തിന്റെ നടപ്പുശീലങ്ങളെക്കുറിച്ചു വ്യക്തമായ ബോധമുണ്ടെങ്കിലും കളിക്കൂട്ടുകാരനായിരുന്ന, കൊച്ചു മൊതലാളിയായ പരീക്കുട്ടിയോട് വൈകാരികമായ ബന്ധം കറുത്തമ്മയ്ക്കുണ്ടാകുന്നു. സ്വന്തമായി വള്ളവും വലയുമെന്ന അച്ഛന്റെ ആഗ്രഹത്തെ തിരിച്ചറിയുന്ന കറുത്തമ്മ പരീക്കുട്ടിയോട് സാമ്പത്തിക സഹായം തേടുന്നു. അവളോടുള്ള പ്രണയത്തെ മുൻനിറുത്തി ചെമ്പൻകുഞ്ഞിനെ പരീക്കുട്ടി സഹായിക്കുന്നു. പരീക്കുട്ടിയുടെ സഹായഹസ്തത്തിൽ തന്നോടുള്ള പ്രണയവുമുണ്ടെന്നു തിരിച്ചറിയുന്ന കറുത്തമ്മ ഞാൻ ഒരു മരക്കാത്തിയാണ് എന്ന സമുദായ വിലക്കിനെ പരീക്കുട്ടിയെ ഓർമ്മപ്പെടുത്തുന്നു. ചെമ്പൻകുഞ്ഞിന്റെ വഞ്ചനയിൽ പരീക്കുട്ടി കച്ചവടമില്ലാതെ ദരിദ്രനാകുമ്പോൾ കടബാദ്ധ്യതയിൽ നെഞ്ചുനീറുന്ന കറുത്തമ്മ കടംവീട്ടി മനസ്സമാധനം നേടുവാൻ ശ്രമിക്കുന്നുണ്ടെങ്കിലും അതിൽ പരാജയപ്പെടുന്നു.

ചെമ്പൻകുഞ്ഞ് കച്ചവടലാഭത്തെ മുൻനിർത്തി മരുമകനായി തെരഞ്ഞെടുക്കുന്ന അനാഥനായ പളനി കറുത്തമ്മയെ കൂടെ കൊണ്ടുപോകുമ്പോൾ മുതൽ ഒരു ഉത്തമ ഭാര്യയായി മാറുവാൻ കറുത്തമ്മ ശ്രമിക്കുന്നു. ഭാര്യയെ സ്നേഹിക്കുന്നുണ്ടെങ്കിലും സമുദായക്കാരുടെ കഥപറച്ചിലുകളിലും പരിഹാസങ്ങളിലും ചഞ്ചലചിത്തനായി മാറുന്ന പളനി കറുത്തമ്മയെ സംശയിക്കുന്നു. പൂർവ്വകാല പ്രണയത്തിന്റെ അപവാദങ്ങൾ പിന്തുടരുന്ന കറുത്തമ്മയിൽ ഒരു കുട്ടി ജനിച്ചിട്ടും പളനിക്കു വിശ്വാസമില്ലാത്ത സന്ദർഭത്തിലാണ് കറുത്തമ്മ പരീക്കുട്ടിയുമായുള്ള മുൻപ്രണയം സമ്മതിക്കുന്നത്. തുടർന്ന് വ്യത്യസ്ത സാഹചര്യങ്ങളിൽ പളനി, കറുത്തമ്മ, പരീക്കുട്ടി എന്നിവർ മരണമടയുന്നു. അരയ സമുദായത്തിന്റെ അനുവദനീയ സ്വാതന്ത്ര്യങ്ങൾക്കുള്ളിൽ നില്ക്കുന്നവളായിരിക്കുമ്പോൾതന്നെ വിജാതീയ പ്രണയബന്ധത്തിലേർപ്പെടുകയും അതുവഴി സമുദായ വിലക്കെന്ന ഭീകരതയുടെ ചിന്തയിൽ ദുർബ്ബലയാ

യിത്തീരുകയും ചെയ്യുന്നുണ്ട്. പാരമ്പര്യവിശ്വാസങ്ങളെ മറികടക്കുവാനുള്ള ധൈര്യമില്ലെങ്കിലും ശാരീരിക മാനസിക തൃഷ്ണകളെ ചില സന്ദർഭങ്ങളിലെങ്കിലും കറുത്തമ്മ സ്വതന്ത്രമാക്കി വിടുന്നുണ്ട്.

സമുദായ മര്യാദകൾ പാലിക്കുന്നതിന്റെ ഭാഗമായി തന്റെ പ്രണയത്തെ അടിച്ചമർത്തുന്ന കറുത്തമ്മ പളനിയുടെ ഭാര്യയായി, കുടുംബത്തിന്റെ അകത്തളത്തിൽ സുരക്ഷിതയായി നില്ക്കുന്നു. ദാമ്പത്യബന്ധത്തിൽ പല സന്ദർഭങ്ങളിലും കർതൃസ്ഥാനം ഏറ്റെടുക്കുന്ന കറുത്തമ്മ പളനിയെ സമാധാനിപ്പിക്കുകയും കുടുംബത്തിന്റെ നടത്തിപ്പിനായി മീൻ കച്ചവടം ചെയ്യാനിറങ്ങുകയും ചെയ്യുന്നു. കുടുംബത്തെ ഭദ്രമാക്കുന്ന പരമ്പരാഗത സ്ത്രീരൂപമായി മാറുന്ന കറുത്തമ്മയുടെ പ്രതിസന്ധികൾ അവസാനിക്കാത്തത് പുരുഷനായ പളനിയുടെ ചാഞ്ചല്യമുള്ള നിലപാടുകളിലാണ്. കടലിനോടു മല്ലടിക്കുന്നതിൽ പളനി കരുത്തനാണെങ്കിലും കറുത്തമ്മയുടെ സ്ത്രീ സ്വത്വത്തിനു മുമ്പിൽ പളനി അധീരനായി മാറുന്നു. അതുകൊണ്ടുതന്നെയാണ് തന്റെ സംശയങ്ങളെ നാട്ടുകാരുടെ സംശയങ്ങളായി പളനി അവതരിപ്പിക്കുന്നതും.

മലയാളത്തിലെ മികച്ച കടൽ സിനിമ

*ചെമ്മീനു*ശേഷം മലയാള ചലച്ചിത്രലോകത്ത് നിരവധി കടൽ പ്രമേയസിനിമകൾ നിർമ്മിക്കപ്പെട്ടു. സാങ്കേതികവിദ്യയുടെ ഏറ്റവും പുതിയ സാദ്ധ്യതകളെ ഉപയോഗപ്പെടുത്തി നിർമ്മിക്കപ്പെട്ട ആ ചിത്രങ്ങൾക്കു *ചെമ്മീനി*ന്റെയത്ര സ്വീകാര്യത ലഭിച്ചിരുന്നില്ല. ഹൃദയാർദ്രമായൊരു പ്രണയത്തെയും പ്രണയദുരന്തത്തെയും അരയസാമുദായിക ജീവിതത്തെയും കടലിന്റെ പശ്ചാത്തലത്തിൽ അവതരിപ്പിക്കുന്ന *ചെമ്മീനി*നു മുകളിൽ നില്ക്കുന്ന ഒരു ചിത്രമൊരുക്കുവാൻ ചലച്ചിത്ര പ്രവർത്തകർക്കു കഴിഞ്ഞില്ല. കൺമണി ബാബുവിന്റെ സാമ്പത്തിക സ്വാതന്ത്ര്യങ്ങളെ പരമാവധി ഉപയോഗപ്പെടുത്തിയ രാമുകാര്യാട്ട് ഛായാഗ്രഹണത്തിനും എഡിറ്റിങ്ങിനും സംഗീതത്തിനും ചലച്ചിത്രമേഖലയിലെ ഏറ്റവും മികച്ചവരെയും മികച്ച സാങ്കേതിക ഉപകരണങ്ങളെയും ഉപയോഗിച്ചു. സാങ്കേതികമായി മലയാള സിനിമ വളർന്നു തുടങ്ങുന്ന ഘട്ടത്തിലെ സാദ്ധ്യതകൾ മാത്രം ഉപയോഗപ്പെടുത്തിയ *ചെമ്മീനി*നെ ബലപ്പെടുത്തിയത് തകഴിയുടെ പ്രതിഭയിൽനിന്നും ഉരുത്തിരിഞ്ഞുവന്ന പ്രമേയമാണ്. അത്തരത്തിൽ തീവ്രമായൊരു പ്രമേയത്തെ അവതരിപ്പിക്കുവാൻ പില്ക്കാല കടൽ സിനിമകൾക്കു കഴിയാതെ പോയി.

ചെമ്മീൻ മികച്ച ഒരു കടൽ സിനിമയായതിനു പിന്നിൽ രാമുകാര്യാട്ടിന്റെയും എഡിറ്റർ ഋഷികേശ് മുഖർജിയുടെയും ചില പര്യാലോചനകളുണ്ടായിരുന്നുവെന്ന് തിരക്കഥാകൃത്ത്/സംവിധായകനായ ജോൺപോൾ സാക്ഷ്യപ്പെടുത്തുന്നുണ്ട്. (മാതൃഭൂമി ആഴ്ചപ്പതിപ്പ് 2015 ഏപ്രിൽ 19 – 25, പുറം. 43). ഋഷികേശ് മുഖർജിയുടെ എഡിറ്റിങ് ടേബിളിലെത്തിയ *ചെമ്മീൻ* തീരദേശപ്രകൃതിയുടെ പശ്ചാത്തലത്തിൽ, മുക്കു

രാമു കാര്യാട്ട്

വസംസ്കൃതിയുടെ പരിവൃത്തത്തിൽ ദൃശ്യവല്ക്കരിക്കപ്പെട്ട ഒരു സാമ്പ്രദായിക പ്രേമകഥ എന്ന തലത്തിലൊതുങ്ങിയപ്പോൾ അതിനുള്ളിൽ അസാന്നിദ്ധ്യമായിപ്പോയ കടലിനെ കണ്ടെത്തിയ ഋഷികേശ്മുഖർജിയും രാമുകര്യാട്ടും കടലിന്റെ വ്യത്യസ്തഭാവങ്ങളെ വീണ്ടും ചിത്രീകരിച്ച് ചിത്രത്തിൽ എഡിറ്റുചെയ്തു ചേർക്കുക വഴിയാണ് *ചെമ്മീനിൽ* ഒരു പുതിയ ഭാവതലം സൃഷ്ടിക്കപ്പെടുന്നതും കാലാതിവർത്തിയായ ചലച്ചിത്രമായി മാറ്റപ്പെടുന്നതും.

ജനപ്രിയമായിത്തീർന്ന, വൻ സാമ്പത്തിക വിജയം നേടുന്ന ചലച്ചിത്രങ്ങളെ കാത്തിരിക്കുന്ന ഒരു ദുര്യോഗമാണ് ചിത്രത്തിന്റെ വിപണിമൂല്യത്തെ മുതലെടുത്ത് പിന്തുടർച്ചയായി രണ്ടും മൂന്നും ഭാഗങ്ങൾ നിർമ്മിക്കപ്പെടുകയെന്നുള്ളത്. ആദ്യഭാഗത്തിന്റെ പേരും പെരുമയും ഉപയോഗപ്പെടുത്തുന്ന ചിത്രങ്ങളിൽ ഭൂരിപക്ഷവും ആദ്യചിത്രത്തിന്റെ വികൃതാനുകരണമായി അധഃപതിക്കുന്നതിനോടൊപ്പം പ്രസ്തുത ചിത്രത്തെക്കൂടി അപമാനിക്കുന്നു. രാമുകാര്യാട്ടിന്റെ *ചെമ്മീനി*നും ഇത്തരമൊരു ദുരന്തമുണ്ടായി. കറുത്തമ്മയുടെ കുട്ടിയുമായി അനുജത്തി പഞ്ചമി കടൽത്തീരത്തിലൂടെ ചേച്ചിയെ അന്വേഷിച്ചു നടക്കുന്നതിന്റെ ദൃശ്യം ചിത്രത്തിന്റെ അവസാന ഭാഗത്തുണ്ട്. കറുത്തമ്മയുടെ മകൾ സീതയെ കേന്ദ്രകഥാപാത്രമാക്കി *ചെമ്മീനി*ന്റെ രണ്ടാം ഭാഗമെന്ന അവകാശവാദവുമായി നിർമ്മിക്കപ്പെട്ട് പ്രദർശനത്തിനെത്തിയ അനിൽ ആദിത്യൻ സുരേഷ്ഗോപി മഞ്ജുവാര്യർ ടീമിന്റെ *തിരകൾക്കപ്പുറം* ഒരു വികലകലാസൃഷ്ടി മാത്രമായിരുന്നു. *ചെമ്മീനി*ന്റെ പ്രശസ്തി മുതലാക്കുവാൻ കഴിയാതെപോയ *തിരകൾക്കപ്പുറ*ത്തെ പ്രേക്ഷകർ മറന്നുവെങ്കിലും *ചെമ്മീനി*നെ പ്രേക്ഷകർ ഇപ്പോഴും ഓർമ്മിക്കുന്നു. നിരന്തരമായി കാണുന്നു. അതുതന്നെയാണ് *ചെമ്മീനി*ന്റെ നേട്ടവും.

സ്വയംവരം (1972)

രചന, സംവിധാനം	-	അടൂർ ഗോപാലകൃഷ്ണൻ
നിർമ്മാണം	-	ചിത്രലേഖ ഫിലിം കോപ്പറേറ്റീവ്
ഛായാഗ്രഹണം	-	മങ്കട രവിവർമ്മ
ചിത്രസംയോജനം	-	രമേശൻ, എം മണി
ശബ്ദലേഖനം	-	ദേവദാസ്
സംഗീതം	-	എം ബി ശ്രീനിവാസൻ
കലാസംവിധാനം	-	എസ് എസ് നായർ, ദത്തൻ
അഭിനേതാക്കൾ	-	മധു, ശാരദ,ലളിത, തിക്കുറിശ്ശി, ഗോപി, ബി കെ നായർ, അടൂർ ഭവാനി, പി കെ വേണുക്കുട്ടൻ നായർ, കരമന ജനാർദ്ദനൻ നായർ

മലയാളസിനിമയുടെ വളർച്ചാവഴികളിൽ ചരിത്രപരമായ ഇടപെടൽ നടത്തിയ ചിത്രമാണ് അടൂർ ഗോപാലകൃഷ്ണന്റെ *സ്വയംവരം*. മലയാള സിനിമയിൽ മുഖ്യധാരാസിനിമയെന്നും സമാന്തര സിനിമയെന്നും കൃത്യ മായ വേർതിരിവുകളുണ്ടാകുന്നത് അടൂരിന്റെ ചിത്രങ്ങളിലൂടെയാണ്. നിലവിലുള്ള ചലച്ചിത്രാഖ്യാനരീതികളിൽ നിന്നുമാറി തികച്ചും യഥാത ഥമായ ആവിഷ്കരണരീതിയാണ് *സ്വയംവര*ത്തിലൂടെ അടൂർ അവതരി പ്പിച്ചത്.

വീട്ടിൽനിന്നും ഒളിച്ചോടുന്ന വിശ്വത്തിന്റെയും സീതയുടേയും ബസ് യാത്രയിലാണ് *സ്വയംവരം* ആരംഭിക്കുന്നത്. നീണ്ട യാത്രയ്ക്കൊടുവിൽ പട്ടണത്തിലെത്തുന്ന വിശ്വവും സീതയും ഹോട്ടലിൽ റൂമെടുത്ത് താമ

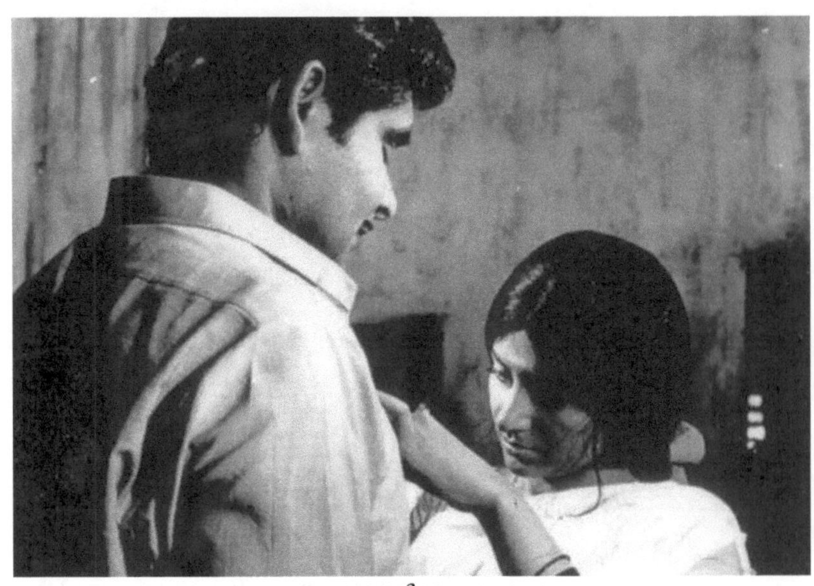

സ്വയം വരത്തിലെ ഒരു രംഗം

സിക്കുന്നു. കൈയിലെ പണം അതിവേഗം തീരുമ്പോൾ വാടക കുറഞ്ഞ ചെറിയ ഹോട്ടലിലേക്ക് മാറാമെന്നു ഇരുവരും തീരുമാനിക്കുന്നു. ലോഡ്ജിലെ താമസത്തിനിടയിൽ അപരിചിതരായ വ്യക്തികൾ സീതയെ കീഴ്പ്പെടുത്താൻ ശ്രമിക്കുന്നു. അത്തരമൊരു ദുരനുഭവത്തിന്റെ വെളിച്ചത്തിൽ സുരക്ഷിതമല്ലാത്ത ലോഡ്ജിൽനിന്നും താമസം മാറുന്ന ഇരുവരും നഗരത്തിൽ താഴേക്കിടയിലുള്ളവർ താമസിക്കുന്ന ഒരു പ്രദേശത്ത് വീട് വാടകയ്ക്കെടുത്ത് താമസമാക്കുന്നു. സാഹിത്യ രചനയിൽ തല്പരനായ വിശ്വം നോവലെഴുതി പ്രസിദ്ധീകരണത്തിനു നല്കുന്നുവെങ്കിലും നോവൽ പ്രസിദ്ധീകരിക്കപ്പെടുന്നില്ല. ജീവിക്കാനുള്ള വകതേടുന്ന വിശ്വം ഒരു ട്യൂട്ടോറിയൽ കോളേജിലെ അദ്ധ്യാപകനാകുന്നു. നഷ്ടത്തിൽ പ്രവർത്തിക്കുന്ന ട്യൂട്ടോറിയലിലെ ജോലി നഷ്ടപ്പെടുമ്പോൾ മറ്റൊരു ജോലി തേടേണ്ടിവരുന്ന അയാൾക്ക് തടിമില്ലിൽ പിരിച്ചു വിടപ്പെട്ട ഒരു തൊഴിലാളിയുടെ ഒഴിവിൽ ജോലി ലഭിക്കുന്നു. ജോലിയിൽനിന്നും പിരിച്ചുവിടപ്പെട്ട വ്യക്തി വഴിയിൽ കാണുമ്പോഴെല്ലാം വിശ്വത്തെ ശല്യപ്പെടുത്തുന്നു.

ചേരിക്കു സമാനമായ പ്രദേശത്തെ ജീവിതവും ചുറ്റുപാടുകളിലെ സാഹചര്യവും വിശ്വനും സീതയ്ക്കും തീരെ തൃപ്തികരമായിരുന്നില്ല. അഭിസാരികയായ കല്ലാണി, കള്ളക്കടത്തുകാരൻ വാസു, ഭാര്യയുടെ വേശ്യാവൃത്തി അനുവദിച്ചുകൊടുക്കുന്ന ഭർത്താവ് എന്നിവരുടെയിടയിൽ സീതയ്ക്ക് ആശ്വാസമാകുന്നത് വൃദ്ധയായ ജാനകിയമ്മയുടെ സൗഹൃദമാണ്. കൂടെ ജോലി ചെയ്തിരുന്ന കണക്കപ്പിള്ളയ്ക്ക് അസുഖം ബാധി

ക്കുമ്പോൾ അയാളെ ശുശ്രൂഷിക്കുന്നത് വിശ്വമാണ്. മരണശയ്യയിൽ കിടക്കുന്ന കണക്കപ്പിള്ള രക്ഷപ്പെടുമ്പോൾ രോഗം വിശ്വനിലേക്ക് പടരുന്നു രോഗബാധിതനായ വിശ്വം മരിക്കുമ്പോൾ സീതയും കുഞ്ഞും അനാഥരാകുന്നു. അവളെയും കുഞ്ഞിനെയും തന്റെ വീട്ടിലേക്കു കണക്കപ്പിള്ള ക്ഷണിക്കുമ്പോൾ അത് നിരസിക്കുന്ന സീതയോട് വീട്ടിലേക്കു തിരിച്ചു പോകുവാനാണ് ജാനകിയമ്മ നിർദ്ദേശിക്കുന്നത്. കണക്കപ്പിള്ളയുടെയും ജാനകിയമ്മയുടെയും സ്നേഹപൂർവ്വമായ നിർദ്ദേശങ്ങളിൽ സീതയും കുഞ്ഞും എങ്ങനെ ജീവിക്കുമെന്നുള്ള ആശങ്കകളുണ്ടായിരുന്നു. കുഞ്ഞിനെ വളർത്തുവാനുള്ള യാതൊരു വഴികളും സീതയുടെ മുമ്പിലില്ലായെങ്കിലും എന്തും സഹിച്ച് ജീവിതത്തെ ഒറ്റയ്ക്ക് നേരിടുവാനുള്ള ധൈര്യമാണ് അവൾ അപ്പോൾ പ്രകടമാക്കുന്നത്.

ചിത്രലേഖ ഫിലിം സൊസൈറ്റിയും ചലച്ചിത്ര നിർമ്മാണവും

1965 ജൂലൈയിൽ അടൂർ ഗോപാലകൃഷ്ണനും സുഹൃത്തായ കുളത്തൂർ ഭാസ്കരൻ നായരുംകൂടി ചേർന്നു സ്ഥാപിച്ച ചിത്രലേഖ ഫിലിം സൊസൈറ്റിയാണ് ചരിത്രപരമായി കേരളത്തിൽ ഫിലിം സൊസൈറ്റി പ്രസ്ഥാനത്തിനു തുടക്കം കുറിക്കുന്നത്. മലയാളചലച്ചിത്ര പ്രേക്ഷകരുടെ കാഴ്ചാ സംവേദന ശീലങ്ങളെ മാറ്റിമറിക്കുന്നതിൽ സുപ്രധാന പങ്കുവഹിക്കുവാൻ ചിത്രലേഖ ഫിലിം സൊസൈറ്റിക്കു കഴിഞ്ഞു. അടൂർ ഗോപാലകൃഷ്ണന്റെ പ്രഥമ ചിത്രമായ *സ്വയംവരം* ചിത്രലേഖ ഫിലിം കോപ്പറേറ്റീവാണ് നിർമ്മിക്കുന്നത്. ചിത്രലേഖയുടെ പേരിൽ എടുത്ത ഡോക്യുമെന്ററികളിൽനിന്നും ലഭിച്ച ഒരുലക്ഷം രൂപയോടൊപ്പം ഫിലിം ഫിനാൻസ് കോർപ്പറേഷനിൽനിന്നും വായ്പ എടുത്ത ഒന്നരലക്ഷം രൂപയും ചേർത്താണ് *സ്വയംവര*ത്തിന്റെ നിർമ്മാണം പൂർത്തിയാക്കുന്നത്.

ചിത്രീകരണം പൂർത്തിയാക്കി പ്രദർശനശാലയിലെത്തിയ *സ്വയംവരം* ചലച്ചിത്രത്തിന്റെ പരമ്പരാഗത ഫോർമുലകളൊന്നുമില്ലാതിരുന്നതിനാൽ പ്രേക്ഷകർ നിരാകരിക്കുകയും ചിത്രം പരാജയപ്പെടുകയും ചെയ്തു. 1972 ലെ ദേശീയ അവാർഡിൽ മികച്ച ചിത്രം, മികച്ച നടി, മികച്ച ഛായാഗ്രഹണം എന്നീ പുരസ്കാരങ്ങൾ നേടിയ *സ്വയംവരം* വീണ്ടും പ്രദർശനത്തിനെത്തുകയും തിയറ്റർ വിജയം നേടുകയും ചെയ്തു. അതുവഴി ലഭിച്ച സാമ്പത്തികത്തിലൂടെ ഫിലിം ഫിനാൻസ് കോർപ്പറേഷനിലെ വായ്പ തിരിച്ചടയ്ക്കുകയും ചിത്രലേഖയ്ക്കുവേണ്ടി ചിത്രീകരണ ഉപകരണങ്ങൾ വാങ്ങുകയും ചെയ്തു. *സ്വയംവര*ത്തിനുശേഷം ചിത്രലേഖ ഫിലിം കോപ്പറേറ്റീവ് അടൂരിന്റെ *കൊടിയേറ്റ*മെന്ന ചിത്രവും നിർമ്മിക്കുകയുണ്ടായി.

ചലച്ചിത്രത്തിന്റെ നവീന ആഖ്യാനങ്ങൾ

കമ്പോള തന്ത്രങ്ങൾക്കു കീഴടങ്ങി ജനങ്ങളെ രസിപ്പിക്കാൻ വേണ്ടി മാത്രം ചിത്രങ്ങൾ നിർമ്മിക്കപ്പെട്ടുകൊണ്ടിരുന്ന കാലത്താണ് അടൂർ

ഗോപാലകൃഷ്ണൻ തന്റെ പ്രഥമ ഫീച്ചർ ഫിലിമുമായി പ്രേക്ഷകരുടെ മുമ്പിലെത്തുന്നത്. പ്രേക്ഷകനെ മുമ്പിൽ കണ്ടുനിർമ്മിക്കപ്പെടാത്ത *സ്വയംവരം* നിലവിലുള്ള ചലച്ചിത്ര സങ്കല്പത്തെത്തന്നെ അട്ടിമറിച്ചു. ചിത്രത്തിന്റെ ആരംഭം തന്നെ ദീർഘമായ ഒരു ബസ് യാത്രയാണ്. ചലച്ചിത്രാഖ്യാനത്തിൽ അവിടം മുതല്ക്കു തുടങ്ങുന്ന പരീക്ഷണപരതയും നവീനതയും ചിത്രാന്ത്യംവരെയും അടൂർ നിലനിർത്തിയിരുന്നു. പതിഞ്ഞ താളം, കഥാപാത്രങ്ങളുടെ സ്വാഭാവികമായ പെരുമാറ്റങ്ങൾ, പതിഞ്ഞ സംഗീതം, ആവശ്യത്തിനു മാത്രമുള്ള സംഭാഷണങ്ങൾ, എന്നിങ്ങനെയുള്ള ആഖ്യാനരീതി സ്വീകരിച്ച അടൂർ ഗോപാലകൃഷ്ണൻ ഒട്ടനവധി വ്യാഖ്യാനസാദ്ധ്യതകളുള്ള ദൃശ്യബിംബങ്ങളെക്കൂടിയും ചിത്രത്തിൽ അവതരിപ്പിച്ചു.

യഥാർത്ഥ ലൊക്കേഷനുകളിൽ ചിത്രീകരിച്ച *സ്വയംവരം* പശ്ചാത്തലത്തിലെ സ്വഭാവികമായ ശബ്ദങ്ങളെയേ ചിത്രത്തിൽ ഉപയോഗിച്ചിരുന്നുള്ളു. നിശ്ശബ്ദതയും ഒരു തരം സൗന്ദര്യമാണ് എന്ന കാഴ്ചപ്പാടിനെ അടൂരിന്റെ സ്വയംവരം ബോദ്ധ്യപ്പെടുത്തി. ചലച്ചിത്രം സ്വാഭാവികത, യാഥാർത്ഥ്യം എന്നീ തലങ്ങളിലേക്കു മാറുന്നതിന്റെ സൂചനകളെ ബലപ്പെടുത്തിയ *സ്വയംവരം* എഴുപതുകളിലെ യുവത്വത്തിന്റെ സംഘർഷങ്ങളെ പ്രത്യക്ഷ തലത്തിലവതരിപ്പിച്ചു. തൊഴിൽരഹിതനായ വിശ്വത്തിന്റെ തൊഴിലന്വേഷണങ്ങൾ, ലഭിച്ച തൊഴിൽ നഷ്ടപ്പെടൽ, പൊരുത്തപ്പെടാത്ത/തൃപ്തികരമല്ലാത്ത തൊഴിലിടം എന്നിവയിലൂടെ സഞ്ചരിക്കുന്ന *സ്വയംവരം* സമ്മർദ്ദത്തിലാകുന്ന കേരളീയ യുവത്വത്തിന്റെ സന്ദർഭങ്ങളെയാണ് ഓർമ്മപ്പെടുത്തുന്നത്. മാറുന്ന കാലത്തിന്റെ സാഹചര്യങ്ങളിൽ അതിജീവനത്തിന്റെ വഴികൾ തേടുവാൻ കഴിയാത്തവർ സ്വാഭാവികമായി പരാജയപ്പെടും. വിശ്വത്തിന്റെ ജീവിതം അതിനടിവരയിടുന്നു. ചലച്ചിത്രത്തിന്റെ നവീന ഭാവുകത്വത്തിനു നാന്ദി കുറിച്ച *സ്വയംവര*ത്തിൽ ജനപ്രിയ സിനിമയുടെ പ്രിയ താരങ്ങളായ മധു, ശാരദ എന്നിവരായിരുന്നു വിശ്വത്തിനും സീതയ്ക്കും ജീവൻ പകർത്തത്.

തെരഞ്ഞെടുപ്പിന്റെ ശേഷപത്രം

സ്വതന്ത്രമായ തെരഞ്ഞെടുപ്പ് ഏതെങ്കിലും സാഹചര്യങ്ങളിൽ വ്യക്തികൾ നടത്തുകയും അതിന്റെ നല്ലതും ചീത്തയായതുമായ ഗുണഫലങ്ങൾ അവർതന്നെ അനുഭവിക്കുകയും ചെയ്യുന്നു. സ്വന്തം ജീവിതത്തെ തെരഞ്ഞെടുത്ത് നഗരത്തിലേക്കു യാത്രതിരിക്കുന്ന വിശ്വവും സീതയും യഥാർത്ഥത്തിൽ കുറേ അനിശ്ചിതത്വങ്ങളെയാണ് തെരഞ്ഞെടുത്തത്. നഗരത്തിലെ ഹോട്ടലിൽനിന്നും ചേരിക്കു സമാനമായ പ്രദേശത്തേക്കുള്ള താമസം മാറലും തൊഴിലന്വേഷണവും തൊഴിൽ മേഖലയിലെ പ്രതിസന്ധികളും താമസസ്ഥലത്തെ പരിതസ്ഥിതികളും അനിശ്ചിതത്വത്തിന്റെ ഓരോ വഴികളായിരുന്നു. അതിന്റെയൊടുവിൽ വിശ്വ

ത്തിന്റെ മരണം സീതയെ ഭീകരമായ അനിശ്ചിതാവസ്ഥയിലെത്തിക്കുന്നു. ജീവിക്കുവാനുള്ള സാമ്പത്തികമില്ലാത്ത അവസ്ഥയിൽ വിശന്നു കരയുന്ന കുഞ്ഞുമായി എങ്ങോട്ടു പോകണമെന്നറിയാതെ നില്ക്കുന്ന സീത സ്വന്തം തീരുമാനത്തിന്റെ (സ്വയംവരത്തിന്റെ) ഇരയായി മാറുന്നു. ഉപേക്ഷിച്ചുപോന്ന മാതാപിതാക്കളുടെ അടുത്തേക്കുപോവുക, അല്ലെങ്കിൽ വീടിനു പുറത്തുള്ള ലോകത്തിന്റെ യാഥാർത്ഥ്യങ്ങളെ ഏറ്റുവാങ്ങുക എന്നയവസ്ഥയ്ക്കു മുമ്പിലാണ് സീത നില്ക്കുന്നത്. പ്രേക്ഷകനു ചിന്തിക്കാനുള്ള ഇടം നല്കികൊണ്ടാണ് *സ്വയംവരം* അവസാനിക്കുന്നത്. ലളിതമായ ഒരു പ്രണയ കഥയുടെ വിവിധ വഴികളിലൂടെ സഞ്ചരിച്ച ചിത്രം പ്രേക്ഷകനെ ഒരിക്കൽപ്പോലും കാല്പനിക സ്വപ്നങ്ങളുടെ വഴികളിലേക്കു കൂട്ടിക്കൊണ്ടു പോകുന്നില്ല. സ്വപ്നങ്ങളിൽനിന്നും യാഥാർത്ഥ്യങ്ങളിലേക്കുള്ള സഞ്ചാരമായി മാറുന്നു ചലച്ചിത്രം. പ്രേക്ഷകന്റെയുള്ളിലൊരു അവബോധം സൃഷ്ടിച്ചെടുത്തപ്പോഴാണ് *സ്വയംവരം* അതിന്റെ പൂർണ്ണതയിലെത്തിയത്.

മലയാള സിനിമ- സ്വയംവരത്തിനു മുമ്പും സ്വയംവരത്തിനു ശേഷവും

മലയാള സിനിമയുടെ സാമ്പ്രദായിക ആഖ്യാനങ്ങളെ മാറ്റിമറിച്ച ചിത്രമെന്ന നിലയിലാണ് *സ്വയംവരം* ചലച്ചിത്ര ചരിത്രത്തിൽ അടയാളപ്പെടുത്തപ്പെട്ടിട്ടുള്ളത്. നാടകീയമായ കഥാഖ്യാനങ്ങൾ, സുദീർഘമായ സംഭാഷണങ്ങൾ, ഗാനങ്ങൾ, കോമഡി രംഗങ്ങൾ, സെന്റിമെൻസ് എന്നിവ ചേരുംപടി ചേർത്ത് സാമാന്യ പ്രേക്ഷകന്റെ ആസ്വാദന നിലവാരത്തെ തൃപ്തിപ്പെടുത്തുന്ന രീതിയിലുള്ള ചലച്ചിത്രങ്ങളാണ് *സ്വയംവര*ത്തിനു മുമ്പുവരെ മലയാളചലച്ചിത്ര രംഗത്ത് നിർമ്മിക്കപ്പെട്ടിരുന്നത്. ചലച്ചിത്രത്തിന്റെ കമ്പോളയുക്തിയെ പരിപാലിക്കുന്ന അത്തരം ചിത്രങ്ങൾ തിയേറ്ററിലെ ഇരുളിൽ പ്രേക്ഷകനെ ആഹ്ളാദിപ്പിക്കുന്നതിനപ്പുറത്ത് അവന്റെ ബൗദ്ധികമണ്ഡലത്തെ കാര്യമാത്ര പ്രസക്തമായി സ്വാധീനിച്ചിരുന്നില്ല. ആഘോഷങ്ങളുടെ ധാരാളിത്തമുള്ള ചിത്രങ്ങളല്ലാതെ 'വേറെയൊരുതരം' ചലച്ചിത്രാഖ്യാനസമ്പ്രദായവും ചലച്ചിത്രങ്ങളുമുണ്ടെന്നു ബോദ്ധ്യപ്പെടുത്തുവാൻ *സ്വയംവര*ത്തിനു കഴിഞ്ഞു. തീർത്തും അപരിചിതമായിരുന്ന *സ്വയംവര*ത്തിന്റെ ആഖ്യാനരീതിയെ ആദ്യം അംഗീകരിക്കുവാൻ മടിച്ച മലയാളി പിന്നീട് *സ്വയംവര*ത്തെ ഏറ്റെടുത്തു.

*സ്വയംവര*ത്തിന്റെ ഗൗരവതരമായ നിലപാടുകളെ മലയാളസിനിമ ഏറ്റെടുത്തപ്പോഴാണ് സമാന്തര സിനിമാ പ്രസ്ഥാനം നിലവിൽ വരുന്നത്. തിരക്കഥാകൃത്തായി ചലച്ചിത്രരംഗത്തെത്തിയ എം ടിയുടെ പ്രഥമസംവിധാന സംരംഭമായ *നിർമ്മാല്യം* (1973) അരവിന്ദന്റെ *ഉത്തരായണം* (1974), കെ പി കുമാരന്റെ *അതിഥി* (1974) കെ ജി ജോർജിന്റെ *സ്വപ്നാടനം* (1975) അരവിന്ദന്റെ *കാഞ്ചനസീത* (1977) പവിത്രന്റെ *യാരോ ഒരാൾ* (1978) ജോൺ എബ്രഹാമിന്റെ *അഗ്രഹാരത്തിൽ കഴുതെ* (1978) എന്നീ

അടൂർ ഗോപാലകൃഷ്ണൻ

ചിത്രങ്ങൾ നവതരംഗ സിനിമയുടെ വഴികളെ ഏറ്റെടുത്തു. പ്രേക്ഷകന്റെ ബൗദ്ധികമണ്ഡലത്തെ ഉണർത്തി അവനെ ചിന്തിക്കുവാൻ പ്രേരിപ്പിച്ച ഈ ചലച്ചിത്രങ്ങൾ സംവേദനത്തിന്റെ പുതിയ മണ്ഡലങ്ങൾ സൃഷ്ടിച്ചു. ഇവയുടെ പിന്നാലെയെത്തിയ പല ചിത്രങ്ങളും കൃത്രിമത്വം നിറഞ്ഞ ബുദ്ധിജീവിനാട്യങ്ങൾ മാത്രം അവതരിപ്പിക്കുകവഴി സമാന്തര സിനിമാ പ്രസ്ഥാനത്തെ ക്ഷയോന്മുഖമാക്കി. ചലച്ചിത്ര ഭാഷയുടെ സൗന്ദര്യശാസ്ത്രത്തെ അതിന്റെ പൂർണ്ണതയിൽ അവതരിപ്പിച്ച *സ്വയംവരം* ഇന്നും കാലത്തെ അതിജീവിച്ചുനില്ക്കുന്നു. ബ്ലാക്ക് ആന്റ് വൈറ്റിൽ 125 മിനിറ്റിലായി അവതരിപ്പിക്കപ്പെട്ട *സ്വയംവരം* ലോകസിനിമാഭൂപടത്തിൽ മലയാളസിനിമയ്ക്ക്, ചലച്ചിത്ര പ്രവർത്തകർക്ക് അഭിമാനിക്കാവുന്ന ഒരിടം നേടിക്കൊടുത്തു. ന്യൂയോർക്ക്, വാഷിങ്ടൺ, മോസ്കോ, ലണ്ടൻ, പാരീസ്, നാന്ത്, ലാ റോഷൽ, പെസാറോ, ഹെൽസിങ്കി, ലുബിയാന, മ്യൂണിച്ച്, ഫ്രീബൗർഗ്, കൊളംബോ എന്നിങ്ങനെ ഒട്ടനവധി അന്താരാഷ്ട്ര ചലച്ചിത്രോത്സവങ്ങളിൽ മലയാള സിനിമയുടെ സാന്നിദ്ധ്യമറിയിക്കുവാൻ *സ്വയംവര*ത്തിനു കഴിഞ്ഞു.

നിർമ്മാല്യം (1973)

ബാനർ	-	നോവൽ ഫിലിംസ്
രചന, സംവിധാനം, നിർമ്മാണം	-	എം ടി
ഛായാഗ്രഹണം	-	രാമചന്ദ്രബാബു
ചിത്രസംയോജനം	-	രവി
സംഗീതം	-	എം ബി ശ്രീനിവാസൻ, കെ രാഘവൻ
അഭിനേതാക്കൾ	-	പി ജെ ആന്റണി, കവിയൂർ പൊന്നമ്മ, രവിമേനോൻ, സുകുമാരൻ, സുമിത്ര

സാഹിത്യരംഗത്ത് അനിഷേദ്ധ്യമായ സ്ഥാനം നേടിയെടുത്ത എം ടി വാസുദേവൻ നായരുടെ പ്രഥമ ചലച്ചിത്ര സംവിധാന സംരംഭമാണ് *നിർമ്മാല്യം*. 1965 ലെ *മുറപ്പെണ്ണി*ലൂടെ ചലച്ചിത്ര ജീവിതം ആരംഭിച്ച എം ടി മലയാള സിനിമയെ നാടകത്തിൽനിന്നു മോചിപ്പിച്ച് ഗ്രാമീണ ജീവിതത്തിന്റെ യാഥാർത്ഥ്യങ്ങളിലേക്കു നയിച്ചു. പ്രഥമ ചലച്ചിത്ര സംവിധാനത്തിനായി തന്റെ തന്നെ 'പള്ളിവാളും കാല്ചിലമ്പും' (*വേദനയുടെ പൂക്കൾ* - സമാഹാരത്തിൽ) എന്ന ചെറുകഥയാണ് എം ടി ഉപയോഗപ്പെടുത്തിയത്.

ചെറുകഥയും സിനിമയും

പതിനൊന്നു പേജുള്ള 'പള്ളിവാളും കാല്ചിലമ്പുമെന്ന' കഥയെ വികസിപ്പിച്ച് ആവശ്യമായ മാറ്റങ്ങളോടെയാണ് എം ടി *നിർമ്മാല്യ*ത്തിന്റെ

നിർമ്മാല്യം സിനിമയിൽ പി ജെ ആന്റണി

തിരക്കഥ തയ്യാറാക്കിയത്. ഒരു വെളിച്ചപ്പാടിന്റെ ആത്മസംഘർഷത്തിലൂടെ നീങ്ങുന്ന ചിത്രം വെളിച്ചപ്പാടിന്റെ ദുരന്തജീവിതത്തിലവസാനിക്കുന്നു. നടവരവ് ഇല്ലാത്ത ക്ഷേത്രത്തിലെ വെളിച്ചപ്പാട് പട്ടിണി മാറ്റുന്നതിനായി നാടുനീളെ നെല്ലു തെണ്ടുന്നു. പുത്തൻ തലമുറയുടെ പ്രതിനിധിയായ മകൻ അപ്പു നാടുവിടുകയും മകൾ അമ്മിണി ക്ഷേത്രത്തിലെ പൂജാരി ഉണ്ണിനമ്പൂതിരിയുമായി അടുപ്പത്തിലാകുകയും ലൈംഗികബന്ധത്തിലേർപ്പെടുകയും ചെയ്യുന്നു. നാട്ടിൽ വസൂരി വരുമ്പോൾ ഗുരുതി കഴിച്ച് ദോഷങ്ങളകറ്റുന്നതിനുവേണ്ടി ചടങ്ങുകളെല്ലാം ക്രമീകരിക്കുന്ന വെളിച്ചപ്പാട് പലിശക്കാരൻ മയ്മുണ്ണിയുമായി ഭാര്യ നാരായണിയുടെ അവിഹിത ബന്ധം കണ്ടറിഞ്ഞ് തളരുന്നു. ഭഗവതിയെ സേവിച്ചപ്പോൾ കുടുംബത്തിലെ പട്ടിണി ഭഗവതിയോ വെളിച്ചപ്പാടോ തിരിച്ചറിയാതെ പോയി. ചിത്രാന്ത്യത്തിൽ ഉറഞ്ഞുതുള്ളുന്ന വെളിച്ചപ്പാട് ഭഗവതിയുടെ മുമ്പിൽ വീഴുന്നു.

കഥയിൽനിന്നും പ്രകടമായ ചില മാറ്റങ്ങളോടെയാണ് എം ടി ചലച്ചിത്രമൊരുക്കിയത്. കഥയിൽ വെളിച്ചപ്പാടിനു നാല് ആൺകുട്ടികളും ഒരു പെൺകുട്ടിയുമാണുള്ളത്. ചലച്ചിത്രത്തിൽ മൂന്നു പെൺകുട്ടികളും ഒരു ആൺകുട്ടിയുമാണുള്ളത്. വെളിച്ചപ്പാടിന്റെ അച്ഛൻ കഥയിൽ മരിച്ചുവെങ്കിൽ ചലച്ചിത്രത്തിൽ തളർന്നുകിടക്കുന്ന കഥാപാത്രമായി മാറ്റിയിരിക്കുന്നു. വെളിച്ചപ്പാടിന്റെ മകൻ പള്ളിവാളെടുത്ത് മാങ്ങ ചെത്തുമ്പോൾ വെളിച്ചപ്പാട് വന്നു മർദ്ദിക്കുന്ന സന്ദർഭത്തെ ചലച്ചിത്രത്തിൽ മകൻ അപ്പു പള്ളിവാള് ഓട്ടുപാത്രക്കച്ചവടക്കാരനു വില്ക്കാൻ ശ്രമിക്കുന്ന രംഗമാക്കി. കഥയിൽ കുട്ടിയായ അമ്മിണിക്കാണ് വസൂരി വരുന്നതെങ്കിൽ ചലച്ചിത്രത്തിലേക്കെത്തുമ്പോൾ അത് വാരസ്യാരിലാണ്. ചെറുകഥയെന്ന ചെറിയ മാധ്യമത്തിൽനിന്നും ചലച്ചിത്രത്തിന്റെ വലിയ ക്യാൻവാസി

ലേക്കു വരുമ്പോൾ അപ്പു അമ്മിണി എന്നീ കഥാപാത്രങ്ങൾക്ക് കൂടുതൽ ഇടവും സന്ദർഭങ്ങളും നല്കി മിഴിവുള്ള കഥാപാത്രമായി മാറ്റിയിരിക്കുന്നു. മൂലകൃതിയെ അതേപടി പകർത്തേണ്ടുന്ന ആവശ്യകത ചലച്ചിത്ര മാധ്യമത്തിനില്ലായെന്ന് എം ടി *നിർമ്മാല്യ*ത്തിലൂടെ തെളിയിക്കുന്നുണ്ട്.

ആധുനികതയും പാരമ്പര്യവിശ്വാസങ്ങളും

*നിർമ്മാല്യ*ത്തിൽ ആധുനികതയും പാരമ്പര്യ വിശ്വാസങ്ങളും തമ്മിലുള്ള സംഘർഷങ്ങളെ എം ടി വളരെ ഭംഗിയായിത്തന്നെ അവതരിപ്പിക്കുന്നുണ്ട്. വെളിച്ചപ്പാട്, വാര്യർ എന്നിവർ പാരമ്പര്യവിശ്വാസങ്ങളെ മുറുകെ പിടിക്കുന്നവരും കാലത്തിന്റെ പുരോഗമനോന്മുഖമായ മാറ്റങ്ങളോടു മുഖംതിരിച്ചു ജീവിക്കുന്നവരുമാണ്. നിത്യവൃത്തി കഴിക്കുവാൻ പാടുപെടുമ്പോഴും ക്ഷേത്രകാര്യങ്ങൾ മുടങ്ങരുതെന്നുള്ള കാര്യത്തിൽ ഇരുവർക്കും നിർബ്ബന്ധമുണ്ടായിരുന്നു. ക്ഷേത്രകാര്യങ്ങൾ യഥാവിധി നടക്കാത്തതിനാലാണ് തെളിച്ചമുള്ള ഒരു ജീവിതമുണ്ടാകാത്തതെന്നു വിശ്വസിക്കുന്ന ഇരുവരും വാര്യരുടെ ഭാര്യക്കു വസൂരി പിടിപെടുന്നതിനെ ദേവീകോപമായി വിലയിരുത്തി ഗുരുതി കേമമായി നടത്തുവാൻ ശ്രമിക്കുന്നു. ക്ഷേത്രസ്വത്തിന്റെ അവകാശി വലിയമന നമ്പൂതിരി പുതിയ കാലഘട്ടത്തിന്റെ മുതലാളിയായി മാറിയതിനാൽ ക്ഷേത്രസംബന്ധമായ ചിലവുകൾ നടത്താതെ സാമ്പത്തിക ലാഭത്തിനായി പിന്തിരിയുന്നു. ആധുനിക കാലത്തിന്റെ മാറ്റങ്ങളെ സ്വീകരിച്ച വലിയ തിരുമേനി ഭൂപരിഷ്കരണത്തിന്റെ നടപടികളിൽനിന്നു പ്രായോഗികബുദ്ധിയുപയോഗിച്ചു രക്ഷപ്പെട്ട വ്യക്തികളിലൊരാളാണ്. ഭൂസ്വത്തുക്കൾ വിറ്റ് വാഹനങ്ങൾ വാങ്ങുകയും പുതിയ ബിസിനസുകൾ ചെയ്യുകയും ചെയ്ത വലിയ തിരുമേനി സാമ്പത്തികമണ്ഡലത്തിൽ തികച്ചും ആധുനികനായി നില്ക്കുമ്പോൾ വാര്യർ ഭൂപരിഷ്കരണത്തിന്റെ ദയനീയ ഇരയായി മാറുന്നു. കേരളത്തിൽ ഭൂപരിഷ്കരണ നിയമങ്ങൾ പ്രാവർത്തികമായപ്പോൾ ഭൂമിയിൽ കൃഷിചെയ്തിരുന്ന കൃഷിക്കാർ ഭൂമിക്കുടമസ്ഥരാകുകയും ഭൂമിയുടെ യഥാർത്ഥ ഉടമകളായിരുന്ന മദ്ധ്യവർഗ്ഗസമൂഹത്തിലെ നിരവധി പേർ ഭൂമിയില്ലാത്തവരാകുകയും ചെയ്യുകയുണ്ടായി. അതിന്റെ സൂചനയാണ് വാര്യരിലൂടെ ചിത്രീകരിക്കപ്പെടുന്നതെങ്കിൽ പ്രായോഗികമതികളായ മദ്ധ്യവർഗ്ഗത്തിലെ ഒരു വിഭാഗം തങ്ങളുടെ സമ്പന്നത നിലനിറുത്തി. ഇത്തരം പ്രായോഗികതയുടെ പുതിയ നടപടികളാണ് വിദേശികളായ ടൂറിസ്റ്റുകളെ സ്വീകരിക്കുന്നതും കഥകളി സാമഗ്രികളുടെ സൂക്ഷിപ്പുകാരനായ രാവുണ്ണിനായരെ പിരിച്ചുവിടുന്നതും. ഫ്യൂഡൽ കാലഘട്ടത്തിൽ ഏറെ ആഘോഷിക്കപ്പെട്ടിരുന്ന കഥകളിക്ക് ആധുനിക കാലത്ത് വലിയ സാദ്ധ്യതകളില്ലെന്നു വലിയ തിരുമേനി തിരിച്ചറിഞ്ഞതിന്റെ സൂചനയാണിത്.

പട്ടിണിയിൽ മുഴുകുമ്പോഴും ക്ഷേത്രകാര്യങ്ങളെ മുറുകെപ്പിടിക്കുന്ന

വാര്യരുടെയും വെളിച്ചപ്പാടിന്റെയും സംഘർഷങ്ങളെ ദൃശ്യവല്ക്കരിക്കുന്ന *നിർമ്മാല്യം* പാരമ്പര്യത്തിനെതിരായി ഉയർന്നുവന്ന ആധുനികതയുടെ പ്രതിരൂപങ്ങളായി വെളിച്ചപ്പാടിന്റെ മകൻ അപ്പു, പഴയപൂജാരി എന്നിവരെ അവതരിപ്പിക്കുന്നുണ്ട്. വിദ്യാഭ്യാസം നേടിയിട്ടും സാമ്പത്തികമില്ലാത്തതിന്റെ പേരിൽ ജോലി ലഭിക്കാത്ത അപ്പു നിരാശയുടെ പടുകുഴിയിൽ ജീവിക്കുകയും കുടുംബത്തിനു പുറത്തേക്കു സഞ്ചരിച്ച് തന്റെ മടുപ്പുകൾ മാറ്റുകയും ചെയ്യുന്നു. തന്റെ തറവാടിനെ ഗ്രസിച്ചിരിക്കുന്ന പാരമ്പര്യ വിശ്വാസങ്ങളാണ് എല്ലാ തകർച്ചയ്ക്കും കാരണമെന്നു തിരിച്ചറിയുന്ന അപ്പു പള്ളിവാളും കാല്ചിലമ്പും ഓട്ടുപാത്രക്കച്ചവടക്കാരന് വില്ക്കാൻ ശ്രമിച്ചുകൊണ്ട് പാരമ്പര്യങ്ങളെ നിഷേധിക്കുന്നു. എന്നാൽ അപ്പുവിനെ തറവാട്ടിൽനിന്നും പുറത്താക്കി തന്റെ ആധിപത്യം തെളിയിക്കുന്ന വെളിച്ചപ്പാട് പാരമ്പര്യവിശ്വാസങ്ങളുടെ കാവല്ക്കാരനായി ത്തന്നെ തുടരുമെന്നു പ്രഖ്യാപിക്കുകയാണ് ചെയ്യുന്നത്.

പട്ടിണി, തൊഴിലില്ലായ്മ എന്നിവയെ പ്രശ്നാധിഷ്ഠിതമേഖലയായി നിലനിർത്തിയിരിക്കുന്ന *നിർമ്മാല്യ*ത്തിൽ അപ്പുവിനു പാരമ്പര്യങ്ങളെ വെല്ലുവിളിച്ചതുകൊണ്ടുതന്നെ ആ സംവിധാനങ്ങൾക്കു പുറത്തേക്കു പോകേണ്ടിവന്നു. നാടുവിട്ടുപോകുന്ന അപ്പുവിനെക്കുറിച്ചൊരു വിവരവും ചലച്ചിത്രം തുടർന്നവതരിപ്പിക്കുന്നില്ല. അപ്പുവിനെത്തേടി പട്ടണത്തിലെത്തുന്ന വെളിച്ചപ്പാട് പഴയപൂജാരിയെ ചായക്കടയുടമയായി കണ്ടെത്തുന്നു. ശാന്തിപ്പണികൊണ്ടു ജീവിതം കഴിച്ചുകൂട്ടുവാൻ കഴിയില്ലെന്നു തിരിച്ചറിയുന്ന നമ്പൂതിരി ചായക്കട നടത്തി അതിന്റെ വരുമാനത്തിൽ ജീവിക്കുന്നു. നമ്പൂതിരിയും ആധുനികതയുടെ മാറ്റങ്ങളെ പ്രത്യക്ഷത്തിൽ സ്വീകരിച്ചതിന്റെ ഏറ്റവും വലിയ തെളിവാണിത്. പഴയ പൂജാരിക്കുപകരം എത്തുന്ന ഉണ്ണിനമ്പൂതിരി അഭ്യസ്തവിദ്യനും ഒരു കുടുംബത്തിന്റെ ബാദ്ധ്യതകൾ ചുമക്കുന്നവനുമായതിനാൽ ഒരു ഇടത്തൊഴിൽ എന്ന നിലയിൽ മാത്രമാണ് ക്ഷേത്രപൂജകളെ കാണുന്നത്. പി എസ് സി പഠനത്തിനു തയ്യാറാവുന്ന ഉണ്ണി ജോലി ലഭിക്കാത്ത സാമൂഹ്യ വ്യവസ്ഥിതികളോടുള്ള പ്രതിഷേധങ്ങൾ പുറപ്പെടുവിക്കുകയും വെളിച്ചപ്പാടിന്റെ മകളെ ലൈംഗികമായി ചൂഷണം ചെയ്യുകയും ചെയ്യുന്നു. പുതിയ കാലത്ത് ശാന്തിപ്പണിക്കപ്പുറം ജീവിക്കുന്നതിനായി സർക്കാർജോലി ആവശ്യമാണെന്നു തിരിച്ചറിയുന്ന ഉണ്ണിനമ്പൂതിരി പെങ്ങളുടെ വിവാഹത്തിനായി മാറ്റക്കല്യാണത്തിനു തയ്യാറായി നാട്ടിലേക്കു മടങ്ങുന്നു. അപ്പുവിന്റെയും വലിയ നമ്പൂതിരിയുടേയും നിലപാടുകൾ ആധുനികകാലത്തിന്റേതായി നിലകൊള്ളുമ്പോൾ പുരോഗമനവാദിയെന്നു ഭാവിച്ചിരുന്ന ഉണ്ണിനമ്പൂതിരി പാരമ്പര്യ സംവിധാനങ്ങളിലേക്കു മടങ്ങുന്നു.

ജാതി സമുദായ പ്രതിനിധാനങ്ങൾ

ആധുനികതയുടെ കാലത്ത് കേരളീയ സമൂഹത്തിലുണ്ടായ മാറ്റങ്ങളെ, ചെറുതെങ്കിലും പ്രകടമായ രീതിയിൽ അവതരിപ്പിക്കുവാൻ

ശ്രമിച്ച നിർമ്മാല്യം ജാതിസമുദായങ്ങളുടെ കീഴ്വഴക്കങ്ങളെ അവതരിപ്പിക്കുവാൻ മറന്നില്ല. നവോത്ഥാനവും ആധുനികതയും ഓരോ ജാതി സമുദായത്തേയും സംബന്ധിച്ചിടത്തോളം സാമൂഹ്യപുരോഗതിയുടെയും നവീകരണത്തിന്റെയും ഉപകരണങ്ങളായിരുന്നു. ആധുനികതയുടെ കാലത്തും ജാതി സമുദായ വേർതിരിവുകൾ വെച്ചുപുലർത്തുവാൻ നായർ നമ്പൂതിരി വിഭാഗങ്ങളുൾപ്പെടെയുള്ളവർ ഉത്സാഹിച്ചിരുന്നത് ചരിത്രത്തിൽനിന്നും വ്യക്തമാകും. ക്ഷേത്രത്തിലെ വഴിപാടിനു ചെണ്ട കൊട്ടുവാൻ വന്ന മാരാര് പ്രതിഫലമായി അഞ്ചുറുപ്പിക ലഭിക്കുമ്പോൾ "അഞ്ചുറുപ്യയ്ക്കു കൊട്ടാൻ വല്ല പാണൻമാരെയും വിളിക്യാ ഭേദം" എന്നു രോഷത്തോടെ പ്രതികരിക്കുന്നു. ചെണ്ടകൊട്ടുന്ന മാരാർക്ക് സാമൂഹ്യഘടനയിൽ ഉയർന്ന സ്ഥാനവും പാണൻമാർക്ക് താഴ്ന്ന സ്ഥാനവുമായതിനാൽ മാരാരുടെ അദ്ധ്വാനത്തിനു കൃത്യമായ പ്രതിഫലവും പാണന്മാർക്ക് സംഭാവന എന്തേലും എന്ന തലത്തിൽ ക്രമപ്പെടുത്തപ്പെട്ടിരുന്ന സമ്പ്രദായത്തെയാണ് മാരാർ ഓർമ്മപ്പെടുത്തുന്നത്. മറ്റൊന്ന് പുതിയ കാലത്ത് അദ്ധ്വാനത്തിനു കൃത്യമായ ശമ്പളം ലഭിക്കണമെന്നും സേവനം ചെയ്യുവാൻ മാരാര് തയ്യാറല്ലായെന്നുള്ള നിലപാടും പ്രകടമാണ്.

വഴിവക്കിലൂടെ കടന്നുപോകുന്നവരോട് ബീഡി ചോദിക്കാറുള്ള ആൽത്തറയിലിരിക്കുന്ന ഭ്രാന്തൻ ഗോപാലന് പലിശക്കാരൻ മയ്മുണ്ണി താൻ കത്തിച്ച ബീഡി ഇട്ടുകൊടുക്കുമ്പോൾ "പ്ഫ! അശുദ്ധാക്കാൻ വേണ്ടി വരും ഓരോ അശ്രീകരങ്ങള്" എന്നുപറഞ്ഞ് അയാളെ ആട്ടുന്നുണ്ട്. ഭ്രാന്തൻ കഥാപാത്രമായതിനാൽ ഇത്തരമൊരു പ്രതികരണത്തെ യഥാർത്ഥമായി പരിഗണിക്കുവാൻ കഴിയില്ലെങ്കിലും ചിത്രത്തിൽ പ്രതിനായകസ്ഥാനത്തു നില്ക്കുന്നത് മുസ്ലീം സമുദായ പ്രതിനിധിയായ മയ്മുണ്ണിയാണ്. മയ്മുണ്ണി തന്റെ കൈയിൽ നിന്നും പൈസ കടം വാങ്ങിയ വെളിച്ചപ്പാടിനെ പണം തിരികെ ചോദിച്ചുകൊണ്ട് നിരന്തരം സമ്മർദ്ദത്തിലാക്കുന്നു. വെളിച്ചപ്പാടിന്റെ ദാരിദ്ര്യാവസ്ഥയെ നല്ലവണ്ണമറിയുന്ന മയ്മുണ്ണി നാല്പത്തിരണ്ടുകാരിയായ നാരായണിയെ ലൈംഗികവേഴ്ചയ്ക്ക് ഉപയോഗപ്പെടുത്തുന്നു. ഭർത്താവിന്റെ കടബാദ്ധ്യതയ്ക്ക് വഴിപ്പെടേണ്ടിവരുന്ന നാരായ

എം ടി വാസുദേവൻ നായർ

ണിക്കുമേലേ വാണിജ്യതല്പരനായ മയ്മുണ്ണി ആധിപത്യം സ്ഥാപിക്കുന്നു. അവിഹിതവേഴ്ച കഴിഞ്ഞ് മയ്മുണ്ണി നിസ്സാരതയോടെയാണ് വെളിച്ചപ്പാടിന്റെ മുമ്പിലൂടെ കടന്നുപോകുന്നത്. വെളിച്ചപ്പാടിന്റെ കുടുംബത്തിന്റെ നിസ്സഹായാവസ്ഥയെ മുതലെടുത്ത മയ്മുണ്ണി പുതിയ കാലത്തിന്റെ വക്താവും ചൂഷകനുമായിരുന്നതുകൊണ്ടുതന്നെ ആ കുടുംബത്തിന്റെ ദുരന്തം മയ്മുണ്ണി പൂർത്തീകരിക്കുന്നു. അതുവഴി മയ്മുണ്ണി പ്രതിനായക സ്ഥാനത്തെത്തുന്നു.

നമ്പൂതിരി സമുദായാംഗങ്ങൾ ക്ഷേത്രപൂജകളും മറ്റുമായി കാലം കഴിച്ചുകൊള്ളണമെന്ന പാരമ്പര്യ വിശ്വാസത്തെ നിലപാടിനെ *നിർമ്മാല്യം* മാറ്റിമറിക്കുന്നുണ്ട്. ശാന്തിപ്പണിയുപേക്ഷിക്കുന്ന നമ്പൂതിരിയും, പി എസ് സി പരീക്ഷ പഠിച്ചുപാസായി ജോലിക്കു കയറുവാൻ ശ്രമിക്കുന്ന ഉണ്ണിനമ്പൂതിരിയും, ക്ഷേത്രസ്വത്തിന്റെ അധികാരിയായിരിക്കുമ്പോഴും സാമ്പത്തിക ചിലവുള്ള ക്ഷേത്ര നടത്തിപ്പിനെ കൈവിട്ടുകളയുന്ന വലിയമന നമ്പൂതിരിയും സമുദായത്തിന്റെ കീഴ്വഴക്കങ്ങളെ മറികടക്കുവാൻ തയ്യാറായവരാണ്.

വിപ്ലവകരമായ ചലച്ചിത്രോദ്യമം

ശുദ്ധമലയാള സിനിമയുടെ വക്താവ് എന്നു എം ടിയെക്കുറിച്ചു പറയുമ്പോൾത്തന്നെ മലയാള സിനിമയെ ഫ്യൂഡൽ പാരമ്പര്യങ്ങളിലേക്കും സവർണ്ണാധികാരമേല്ക്കോയ്മകളിലേക്കും നയിച്ച വ്യക്തിയും എം ടിയാണെന്നു പറയേണ്ടിവരും. 1965 ൽ *മുറപ്പെണ്ണി*ന്റെ തിരക്കഥയെഴുതി ചലച്ചിത്രരംഗത്തുപ്രവേശിച്ച എം ടി *നിർമ്മാല്യം, ബന്ധം, വാരിക്കുഴി, മഞ്ഞ്, കടവ്, ഒരു ചെറുപുഞ്ചിരി* എന്നീ ചിത്രങ്ങൾ സംവിധാനം ചെയ്തുവെങ്കിലും *നിർമ്മാല്യ*ത്തിന്റെയത്ര നേട്ടങ്ങൾ ഇതര ചിത്രങ്ങൾക്കുണ്ടായിട്ടില്ല. നാല്പത്തിരണ്ടു വർഷങ്ങൾക്കിപ്പുറവും എം ടിയുടെ നിർമ്മാല്യം പ്രസക്തമാകുന്നത് ചിത്രത്തിന്റെ പ്രമേയ സ്വീകാര്യതയും അതിന്റെ ആവിഷ്കരണത്തിലുമാണ്. ഒരു വെളിച്ചപ്പാടിന്റെ ദുരന്തപൂർണ്ണമായ ജീവിതത്തിലൂടെ സഞ്ചരിക്കുന്ന *നിർമ്മാല്യ*ത്തിന്റെ അവസാനരംഗത്ത് നടയ്ക്കു മുന്നിൽ നിന്നുകൊണ്ട് തലയിൽ ആഞ്ഞുവെട്ടുന്ന വെളിച്ചപ്പാടിന്റെ മുഖത്തൂടെ ഒഴുകിയ രക്തം മുമ്പിലെ ദീപസ്തംഭത്തിൽ, ബലിക്കല്ലിൽ തുപ്പുന്നു. അതിനുശേഷം മറിഞ്ഞുവീഴുന്ന വെളിച്ചപ്പാട് മരിക്കുന്നു. ദേവീവിഗ്രഹത്തിനുനേരെ രക്തം തുപ്പുന്നതിനെ ദൈവത്തെ നിഷേധിക്കലായിക്കണ്ട് പലരും വിമർശനങ്ങൾ ഉയർത്തുകയുണ്ടായി. യഥാർത്ഥത്തിൽ ഭഗവതിക്കുവേണ്ടി മാത്രം ജീവിക്കുമ്പോൾ കുടുംബജീവിതം തകർന്നുപോകുന്നതു കാണേണ്ടിവന്ന വെളിച്ചപ്പാടിന്റെ വിശ്വാസത്തകർച്ചയും അതിനോടുള്ള പ്രതിഷേധവുമാണ് അവസാനരംഗത്തിൽ ഉൾപ്പെടുത്തിയിരിക്കുന്നത്. യാഥാസ്ഥിതികരായ വ്യക്തികളാണ് അവസാന രംഗത്തിനെതിരെ വിമർശനങ്ങളുന്നയിച്ചത്. ചിത്രം നിർമ്മിക്കപ്പെട്ട് പ്രദർശനത്തിനെത്തിയ നാളുകളിൽ ചിത്രത്തിനെതിരെ സംഘ

ടിതമായ ആക്രമണങ്ങളോ പ്രതിഷേധങ്ങളോ ഉണ്ടായിട്ടില്ല. സാംസ്കാരികമായി ഔന്നത്യത്തിലെത്താത്ത കേരളീയ സമൂഹത്തിൽ *നിർമ്മാല്യം* നിർമ്മിച്ച് പ്രദർശനത്തിത്തിനെക്കുവാൻ കഴിഞ്ഞതിന്റെ നേട്ടം എംടിക്കാണ്. വർഗ്ഗീയതയിലേക്കും മതതീവ്രവാദങ്ങളിലേക്കും അതിവേഗം സഞ്ചരിച്ചുകൊണ്ടിരിക്കുന്ന വർത്തമാനകാല കേരളത്തിൽ *നിർമ്മാല്യം* പോലൊരു ചിത്രത്തെക്കുറിച്ച് ആലോചിക്കുവാൻകൂടി കഴിയുകയില്ലായെന്ന യാഥാർത്ഥ്യം *നിർമ്മാല്യ*ത്തോടു ചേർത്തുവായിക്കേണ്ടതുണ്ട്.

ചിദംബരം (1985)

ബാനർ	-	സൂര്യകാന്തി മൂവി മേക്കേഴ്സ്
കഥ	-	സി വി ശ്രീരാമൻ
തിരക്കഥ, സംവിധാനം	-	അരവിന്ദൻ
നിർമ്മാണം	-	സേതു
ഛായാഗ്രഹണം	-	ഷാജി എൻ കരുൺ
ചിത്രസംയോജനം	-	ബോസ്
ശബ്ദലേഖനം	-	ദേവദാസ്, ഹരികുമാർ
സംഗീതം	-	പറവൂർ ദേവരാജൻ
കലാസംവിധാനം	-	നമ്പൂതിരി
അഭിനേതാക്കൾ	-	ഭരത് ഗോപി, ശ്രീനിവാസൻ, സ്മിതാപാട്ടീൽ

സമാന്തര ചലച്ചിത്രരംഗത്തു പുതിയൊരു ദൃശ്യഭാഷ ചമച്ച ജി അരവിന്ദന്റെ ചിത്രങ്ങളിൽ ഏറ്റവും കൂടുതൽ പ്രേക്ഷക പ്രീതി നേടിയ ചിത്രമാണ് *ചിദംബരം*. 1985 ലെ മികച്ച ചിത്രത്തിനുള്ള ദേശീയ അവാർഡ് നേടിയ *ചിദംബരം* സി വി ശ്രീരാമന്റെ അതേ പേരിലുള്ള കഥയെ അടിസ്ഥാനമാക്കിയുള്ള അനുകല്പന ചിത്രമാണ്. സി വി ശ്രീരാമന്റെ കഥയെ, മൂലകൃതിയോട് നൂറുശതമാനവും കൂറുപുലർത്തിയെന്ന പരമ്പരാഗത നിലപാടിനെ പിന്തുടരാത്ത അരവിന്ദൻ തന്റെ പ്രതിഭകൂടിച്ചേർത്തുവെച്ചപ്പോഴാണ് *ചിദംബരം* മികച്ച ചിത്രമായി മാറിയത്.

മാട്ടുപ്പെട്ടിയിലെ ഫാംഹൗസ് സൂപ്രണ്ടായ ശങ്കരനാണ് (ഭരത് ഗോപി) ചിത്രത്തിലെ പ്രധാന കഥാപാത്രം. ഫാമിലെ തൊഴിലാളിയായ മുനിയാണ്ടി (ശ്രീനിവാസൻ) യുമായി ശങ്കരൻ നല്ല സൗഹൃദത്തിലാ

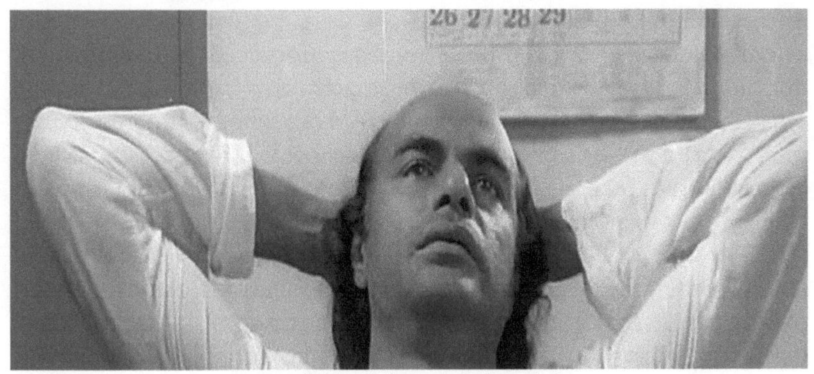

ഭരത്ഗോപി 'ചിദംബര' ത്തിൽ

ണെങ്കിലും ഫാമിന്റെ സൂപ്പർവൈസറായ ജേക്കബ്ബിന് ഇരുവരുടെയും സൗഹൃദത്തെ അംഗീകരിക്കുവാൻ കഴിയുന്നില്ല. മുനിയാണ്ടിയോടുള്ള വെറുപ്പ് ജേക്കബ് പല സന്ദർഭങ്ങളിലും പ്രകടിപ്പിക്കുന്നു. മുനിയാണ്ടി വിവാഹശേഷം സുന്ദരിയായ ശിവകാമിയുമായി ഫാമിന്റെ ലേബർ ക്വാർട്ടേഴ്സിൽ താമസിക്കുന്നു. പുറം ലോകത്തെ ഭയക്കുന്ന മുനിയാണ്ടി ശിവകാമി പുറത്തേക്കു സഞ്ചരിക്കുന്നതിന് നിയന്ത്രണങ്ങൾ ഏർപ്പെടുത്തുന്നു. മുനിയാണ്ടിയുടെ നിയന്ത്രണങ്ങളെ മറികടക്കുന്ന ശിവകാമി സൂപ്രണ്ടായ ശങ്കരനുമായി അടുപ്പത്തിലാകുന്നു. മുനിയാണ്ടിയുടെ ജോലിസമയം രാത്രിയിലേക്കു മാറ്റുന്ന സൂപ്പർവൈസർ ജേക്കബ് ശിവകാമിയെ ചൂഷണം ചെയ്യുമെന്നു ഭയക്കുന്ന മുനിയാണ്ടി ജേക്കബ്ബിന്റെ മോട്ടോർ ബൈക്കിന്റെ ശബ്ദത്തെ പിന്തുടർന്ന് ക്വാർട്ടേഴ്സിലെത്തുമ്പോൾ ശങ്കരൻ ഇറങ്ങിയോടുന്നത് കാണുന്നു. പിറ്റേന്നു പുലർച്ചയിൽ ഫാമിൽ തൂങ്ങിനില്ക്കുന്ന മുനിയാണ്ടിയുടെ മൃതദേഹം കണ്ട് ഭയക്കുന്ന ശങ്കരൻ യൂണിയൻ നേതാക്കളുടെ ക്വാർട്ടേഴ്സിലേക്ക് ഓടി രക്ഷപ്പെടുന്നു. ശിവകാമിയെ വെട്ടിക്കൊലപ്പെടുത്തിയിട്ടാണ് മുനിയാണ്ടി ആത്മഹത്യ ചെയ്തതെന്നു ജേക്കബ് പറയുന്നുണ്ട്. ഫാമിൽനിന്നും സ്ഥലം മാറ്റം വാങ്ങുന്ന ശങ്കരൻ മറ്റു പലയിടങ്ങളിലും ജോലിചെയ്യുന്നുവെങ്കിലും മനഃസമാധാനം ലഭിക്കാതെ മദ്യത്തിനടിമയാകുന്നു. ശാന്തിതേടിയലയുന്ന ശങ്കരൻ ചിദംബരം ക്ഷേത്രനടയിൽ എത്തുകയും അവിടെ ചെരുപ്പു സൂക്ഷിക്കുന്ന സ്ത്രീയെ കാണുമ്പോൾ അത് ശിവകാമിയല്ലേ എന്നു സംശയിക്കുകയും ചെയ്യുന്നു. ശങ്കരനിൽനിന്നു നീങ്ങുന്ന ദൃശ്യം ക്ഷേത്രത്തെയും ആകാശത്തെയും അവതരിപ്പിച്ചുകൊണ്ട് *ചിദംബരം* പൂർണ്ണമാകുന്നു.

ചെറുകഥയിൽനിന്നും ചലച്ചിത്രത്തിലേക്ക്

കഥ/ നോവലിനെ യാതൊരുവിധ മാറ്റങ്ങളും കൂടാതെ ചലച്ചിത്രഭാഷ്യമാക്കുന്ന പതിവ് അറുപതുകളിലും എഴുപതുകളിലും ധാരാളമാ

യുണ്ടായിരുന്നു. ഇത്തരമൊരു രീതിയെ പുറംതള്ളിയ അരവിന്ദൻ മൂല കഥയിൽ ചലച്ചിത്രത്തിനനുയോജ്യമായ മാറ്റങ്ങൾ വരുത്തുന്നുണ്ട്. സി വി ശ്രീരാമന്റെ കഥയുടെ കേന്ദ്രം ആൻഡമാൻ ദ്വീപസമൂഹത്തിലെ പോർട്ട് ബ്ലെയറാണെങ്കിൽ ചിത്രത്തിന്റെ പശ്ചാത്തലം മൂന്നാറിലെ മാട്ടുപ്പെട്ടിയായി മാറ്റിയിരിക്കുന്നു. കഥയിലെ കഥാനായകനുപേരില്ലെങ്കിലും ചിത്രത്തിലെ പ്രധാനകഥാപാത്രം ശങ്കരനാണ്. ചിത്രത്തിലെ മുനിയാണ്ടിയും ശിവകാമിയും കഥയിൽ വാച്ചാപുരിയും അഖിലാണ്ടാമ്മാളുമാണ്. അറക്കമില്ലിലെ വാച്ചാപുരി മുനിയാണ്ടിയാകുമ്പോൾ തൊഴിൽ ഫാം ഹൗസിലേക്കു മാറുന്നു. ഭാര്യയ്ക്ക് അവിഹിതമുണ്ടെന്നു തിരിച്ചറിയുന്ന വാച്ചാപുരി ഭാര്യയെ വെട്ടിനുറുക്കി ആത്മഹത്യ ചെയ്യുന്നു. വെട്ടിനുറുക്കപ്പെട്ട അഖിലാണ്ടാമ്മാൾ ആശുപത്രിയിലെ നീണ്ട ചികിത്സയിലൂടെ രക്ഷപ്പെടുകയും ചിദംബരത്തിനടുത്തുള്ള ജന്മനാട്ടിലേക്കു തിരിച്ചുപോകുന്നതായും കഥയിൽ നായകനറിയുന്നുണ്ട്. ശാന്തിതേടി ചിദംബരത്ത് എത്തുന്ന കഥാനായകൻ ക്ഷേത്രനടയിൽ വെച്ചുകാണുന്ന സ്ത്രീയോട് പേരു ചോദിക്കുന്നുവെങ്കിലും അവർ അതിനുത്തരം നല്കുന്നില്ല. കഥയിലെ നായകൻ, വാച്ചാപുരി, അഖിലാണ്ടാമ്മാൾ എന്നിവർക്കപ്പുറം ചിത്രത്തിൽ ചില പുതിയ കഥാപാത്രങ്ങളെ അരവിന്ദൻ കൂട്ടിച്ചേർത്തു. ഫാമിന്റെ സൂപ്പർവൈസർ ജേക്കബ് ആണ് അത്തരത്തിൽ പുതിയതായി എത്തിയത്. ചിത്രത്തിന്റെ ആദ്യപകുതിയിൽ നിർണ്ണായക സ്ഥാനം വഹിക്കുന്നതും കഥാഗതിയിൽ മാറ്റങ്ങൾ വരുത്തുന്നതും ജേക്കബ്ബാണ്.

പാപമോചനം തേടിയുള്ള യാത്രകൾ

ശങ്കരനെന്ന വ്യക്തിയുടെ മാനസിക സംഘർഷങ്ങളും അതിനെ അതിജീവിക്കുവാൻ അയാൾ നടത്തുന്ന യാത്രകളുമാണ് *ചിദംബര*ത്തിന്റെ കാതൽ. അവിഹിതബന്ധത്തിലേർപ്പെടുന്ന വ്യക്തികൾക്കു സാമൂഹ്യസദാചാരസംഹിതകളുടെ ഭാഗമായി നില്ക്കേണ്ടിവരുമ്പോൾ കുറ്റബോധമുണ്ടാകുന്നത് പുതുമയുള്ള കാര്യമല്ല. ഇവിടെ ശങ്കരന്റെ മാനസിക നിലയെ താളം തെറ്റിക്കുന്ന വിധത്തിൽ കാര്യങ്ങൾ എത്തുന്നത് ഫാമിൽ തൂങ്ങിനില്ക്കുന്ന മുനിയാണ്ടിയുടെ ശവശരീരവും മുനിയാണ്ടി ശിവകാമിയെ വെട്ടിക്കൊലപ്പെടുത്തിയെന്നുമുള്ള വാർത്തയുമാണ്. പുതിയ സ്ഥലം, പുതിയ ജോലി എന്നിവയിലെത്തിയെങ്കിലും പാപബോധം അലട്ടുന്ന ശങ്കരൻ മദ്യത്തിനടിമയായിമാറുന്നു. മനഃശാന്തിക്ക് ക്ഷേത്രദർശനം ആവശ്യമാണെന്ന ഡോക്ടറുടെ ഉപദേശത്തിന്റെ അടിസ്ഥാനത്തിലാണ് ശങ്കരൻ ചിദംബരത്ത് എത്തുന്നത്. ചെരിപ്പു സൂക്ഷിക്കുന്ന സ്ത്രീയെ ശിവകാമിയെന്നു ധരിക്കുന്ന ശങ്കരന്റെ മോക്ഷപ്രാപ്തിയെ സൂചിപ്പിച്ചുകൊണ്ട് ചിത്രം അവസാനിക്കുന്നു.

ചിദംബരം കഥയിൽ കഥാനായകനും അഖിലാണ്ടാമ്മാളും തമ്മിലുള്ള അവിഹിതബന്ധത്തിന് അവൾ മുൻകൈയെടുക്കുന്നുവെങ്കിൽ

ചിത്രത്തിൽ ശങ്കരനാണ് എല്ലാറ്റിനും മുൻകൈ എടുക്കുന്നതും. ശിവകാമിയുമായി അടുക്കുവാൻ ലഭിക്കുന്ന അവസരങ്ങൾ എല്ലാംതന്നെ പ്രയോജനപ്പെടുത്തുന്ന ശങ്കരൻ ശിവകാമിയിലെ സ്ത്രൈണ ബോധത്തെ ഉണർത്തുന്നുണ്ട്. പൂക്കൾക്കു സമീപത്തു നിറുത്തി ശിവകാമിയുടെ ഫോട്ടോ ശങ്കരനെടുത്തുകഴിയുമ്പോൾ മുതൽ തന്റെ സൗന്ദര്യത്തെക്കുറിച്ച് ശിവകാമി ബോധവതിയാകുന്നു. മറ്റൊരു സന്ദർഭത്തിൽ കൈയിൽ കടന്നുപിടിക്കുന്ന ശങ്കരനെ അതീവ ദുർബ്ബലയായിട്ടാണ് ശിവകാമി പ്രതിരോധിക്കുന്നതും. അടക്കിപ്പിടിച്ച കാമനകൾക്ക് വഴിപ്പെട്ടു പോകുന്ന ശിവകാമിയെ അത്തരമൊരു അവസ്ഥയിലെത്തിക്കുന്നത് ശങ്കരന്റെ സാമീപ്യങ്ങളും ഇടപെടലുകളുമാണ്. അത്തരമൊരു ഇടപെടൽ വലിയൊരു ദുരന്തത്തെ ക്ഷണിച്ചുവരുത്തുന്നു. കുറ്റബോധത്തിൽനിന്നു രക്ഷപ്പെടുവാൻ നിരവധി സ്ഥലങ്ങളിലൂടെ സഞ്ചരിക്കുന്നുവെങ്കിലും അതുവിടാതെ പിന്തുടർന്ന് ശങ്കരനെ ശാരീരികമായും മാനസികമായും ദുരിതത്തിലാഴ്ത്തുന്നു. കഷ്ടകാലം കടന്നെത്തുന്ന ഏതൊരു ജന്മത്തിനും മോക്ഷമുണ്ട് എന്ന ഹൈന്ദവദർശനത്തെ മുൻനിറുത്തി ഒടുവിൽ ചിദംബരത്ത് എത്തിച്ചേരുന്ന ശങ്കരന് ചിദംബരം ക്ഷേത്രത്തിൽവെച്ച് പാപമോചനം ലഭിക്കുന്നു. ശങ്കരന്റെ ദൃഷ്ടികോണിൽ ക്യാമറ മുകളിലേക്കുയരുന്നതും നടരാജക്ഷേത്രത്തിന്റെ ഗോപുരവും മകുടവും ഫ്രെയ്മിൽ നിറയുന്നതും ചിത്രത്തെ ആദ്ധ്യാത്മിക തലത്തിലേക്കുയർത്തുന്നതായി ഒട്ടനവധി നിരൂപകർ വിലയിരുത്തിയിട്ടുണ്ട്.

കീഴാളതയും മലയാളസിനിമയും

മലയാളസിനിമയിൽ 1954 ലെ *നീലക്കുയിൽ* മുതൽ കീഴാളകഥാപാത്രങ്ങളുടെ പരിചരണം ദൃശ്യമാണ്. ചെറുകഥയിൽ ധാരാളം കീഴാള കഥാപാത്രങ്ങളെയവതരിപ്പിച്ച സി വി ശ്രീരാമന്റെ വ്യത്യസ്തമായ കഥകളിലൊന്നായിരുന്നു *ചിദംബരം*. ഫാംഹൗസിലെ തൊഴിലാളിയായ മുനിയാണ്ടി അടിമയെപ്പോലെ പണിയെടുക്കുന്നവനും സൂപ്പർവൈസർ ജേക്കബ്ബിനെ ഭയപ്പെടുന്നവനുമാണ്. ജേക്കബ് എപ്പോഴും മുനിയാണ്ടിയുടെ കീഴാളനിലയെ ഓർമ്മിപ്പിക്കുന്നതിനോടൊപ്പം തന്റെ അധികാരപദവിയുടെ മേല്ക്കോയ്മയും വരേണ്യബോധവും പ്രകടിപ്പിക്കുന്നുണ്ട്. ജേക്കബ് ശിവകാമിയെ ശ്രദ്ധിക്കുന്നുവെന്ന ഭയം മുനിയാണ്ടിയിലുണ്ടാകുന്നു. ആ സമയമാണ് ജേക്കബ് ഫാമിലെ നൈറ്റ് ഷിഫ്റ്റിലെ ജോലിയിലേക്ക് മുനിയാണ്ടിയെ മാറ്റുന്നത്. അത് സംശയത്തെ ബലപ്പെടുത്തുന്നു. അതുകൊണ്ടാണ് ജേക്കബ്ബിന്റെ മോട്ടോർ ബൈക്കിന്റെ ശബ്ദത്തെ പിന്തുടർന്ന് രാത്രി മുനിയാണ്ടി തന്റെ ക്വാർട്ടേഴ്സിലെത്തുന്നത്. ശങ്കരനുമായുള്ള ഭാര്യയുടെ അവിഹിത ബന്ധം നേരിട്ടു ബോദ്ധ്യപ്പെടുന്ന മുനിയാണ്ടി അവളെ കൊലപ്പെടുത്തി ആത്മഹത്യ ചെയ്യുന്നു.

ഗ്രാമീണ സംസ്കൃതിയുടെ ഭാഗമായി നില്ക്കുന്ന, സമൂഹത്തിന്റെ പുരോഗമന നിലപാടുകളെക്കുറിച്ചു ധാരണയില്ലാത്ത കീഴാളനായ മുനി

അരവിന്ദൻ

യാണ്ടി ജീവിതത്തിൽ താൻ പുലർത്തിവന്ന സത്യസന്ധത, ആത്മാർത്ഥത എന്നിവ പാഴായിത്തീർന്നുവെന്ന ബോധത്തിന്റെ അടിസ്ഥാനത്തിലാണ് ശിവകാമിയെ ആക്രമിക്കുന്നതും ആത്മഹത്യ ചെയ്യുന്നതും. പുറംലോകത്തിന്റെ കാപട്യങ്ങളെ ഭയപ്പെടുന്ന മുനിയാണ്ടി ശിവകാമിക്ക് പുറത്തേക്കുള്ള യാത്രകൾ വിലക്കിയിരുന്നു. മുനിയാണ്ടിയുടെ വിലക്ക് ലംഘിക്കുന്ന ശിവകാമി അടക്കിപ്പിടിച്ച കാമനകളെ പുറത്തേക്കു വിടുന്നതാണ് ദുരന്തങ്ങളിലെത്തിക്കുന്നത്. തന്നെ വഞ്ചിച്ച ശങ്കരനോടുള്ള പ്രതിഷേധം മുനിയാണ്ടി അറിയിക്കുന്നത് തന്റെ തൊഴിലിടത്തിൽ ആത്മഹത്യ ചെയ്തുകൊണ്ടാണ്. ജേക്കബ്ബിനെ വെറുക്കുമ്പോഴും ശങ്കരനെ യജമാനനായും സുഹൃത്തായും കാണുവാൻ മുനിയാണ്ടിക്കു കഴിഞ്ഞിരുന്നു. താനേറ്റവും കൂടുതൽ വിശ്വസിച്ചവർ തന്നെ വഞ്ചിച്ചുവെന്ന തിരിച്ചറിവാണ് മുനിയാണ്ടിയെ അക്രമാസക്തനാക്കി മാറ്റുന്നത്. കീഴാളവിഭാഗങ്ങൾ തൊഴിലിടങ്ങളിൽ തൊഴിലിനോടു പുലർത്തുന്ന സത്യസന്ധത സ്വകാര്യ ജീവിതത്തിലും പുലർത്താറുണ്ട്. പുരുഷാധിപത്യ സമ്പ്രദായം

ക്രമപ്പെടുത്തിയ വിവാഹം-ദാമ്പത്യം-കുടുംബം എന്നീ സംവിധാനങ്ങൾ സ്ത്രീയെ ഉത്തമബിംബമാക്കി വീട്ടകത്തിനുള്ളിൽ പ്രതിഷ്ഠിക്കുവാൻ വ്യഗ്രതപ്പെടുന്നു. ഭർത്താവിന്റെ അധികാരമേല്ക്കോയ്മകൾ പുലർത്തുന്ന മുനിയാണ്ടി ശിവകാമിയുടെ ജൈവിക ചോദനകളെ തിരിച്ചറിയാതെ പോയി. ഭാര്യ ചാരിത്ര്യവതിയായിരിക്കുകയെന്ന പുരുഷന്റെ സ്വകാര്യ താല്പര്യത്തെ, ആണത്തത്തിന്റെ അഹങ്കാരത്തെയാണ് ശിവകാമി മറിച്ചിടുന്നത്. എന്തിനും ഏതിനും നിയന്ത്രണം ഏർപ്പെടുത്തി വീട്ടകത്തിനുള്ളിൽ സുരക്ഷിതത്വം ഒരുക്കിയ മുനിയാണ്ടിയുടെ ക്വോർട്ടേഴ്സിനുള്ളിൽ തന്നെയാണ് ശിവകാമിയുടെ ശാരീരിക ശുദ്ധികൾ നഷ്ടപ്പെടുന്നതും വഴിപിഴച്ചവളായി മരണശിക്ഷ നേടുന്നതും. സദാചാരപാലനത്തിന്റെ വക്താവായി മാറാൻ ശ്രമിക്കുന്ന മുനിയാണ്ടി അവളെ കൊലപ്പെടുത്തുന്നു. കീഴാളന്റെ ആത്മാർത്ഥത കൈമുതലായുള്ള മുനിയാണ്ടി തന്റെ മുമ്പിലുള്ള അധികാര സംവിധാനങ്ങളോട് ആത്മഹത്യയിലൂടെ പ്രതിഷേധമറിയിക്കുന്നു. പുരുഷാധികാര നിർമ്മിതമായ ലൈംഗികതയുടെ ചട്ടക്കൂടുകളെ മറികടക്കുവാൻ ശ്രമിച്ച ശിവകാമിയുടെ ദുരന്തജീവിതം നീലക്കുയിൽ മുതലുള്ള കീഴാള സ്ത്രീത്വത്തിന്റെ ദുരന്തങ്ങളെ ഓർമ്മപ്പെടുത്തുന്നു.

പിറവി (1988)

ബാനർ	-	ഫിലിം ഫോക്ക്, തിരുവനന്തപുരം
സംവിധാനം, നിർമ്മാണം	-	ഷാജി എൻ കരുൺ
തിരക്കഥ	-	ഷാജി എൻ കരുൺ, എസ് ജയചന്ദ്രൻ നായർ, രഘുനാഥ് പലേരി
ഛായാഗ്രഹണം	-	സണ്ണി ജോസഫ്
ചിത്രസംയോജനം	-	വേണുഗോപാൽ
ശബ്ദലേഖനം	-	ടി കൃഷ്ണനുണ്ണി
സംഗീതം	-	ജി അരവിന്ദൻ, മോഹൻ സിതാര
അഭിനേതാക്കൾ	-	പ്രേംജി, അർച്ചന, ലക്ഷ്മി കൃഷ്ണമൂർത്തി, സി വി ശ്രീരാമൻ, മുല്ലനേഴി

ചലച്ചിത്രമേഖലയിൽ ഛായാഗ്രാഹകനായി സ്ഥാനം നേടിയെടുത്ത ഷാജി എൻ കരുണിന്റെ പ്രഥമ ചിത്രമായ *പിറവി* മകനെത്തിരയുന്ന വൃദ്ധന്റെ വിഹ്വലതകളെയവതരിപ്പിക്കുന്നു. സമൂഹത്തിലെ ഏതെങ്കിലുമൊരു യഥാർത്ഥ സംഭവത്തെ പ്രമേയതലത്തിൽ സ്വീകരിച്ച് ചലച്ചിത്രമാക്കുന്നത് ചലച്ചിത്രത്തിന്റെ ആരംഭകാലം മുതല്ക്കേയുള്ള പ്രക്രിയയാണ്. ഷാജിയുടെ *പിറവി*യും അത്തരമൊരു രീതിശാസ്ത്രത്തിന്റെ തുടർച്ചയാണ്. അടിയന്തരാവസ്ഥയുടെ ഇരുണ്ട നാളുകളിൽ രാജനെന്ന കോളേജ് വിദ്യാർത്ഥിയെ പൊലീസുകാർ മർദ്ദിച്ചുകൊന്നതും തെളിവുകൾ നിശിപ്പിച്ചതും രാജന്റെ അച്ഛൻ ഈച്ചരവാര്യർ നീതിതേടി ഭരണകൂടസ്ഥാപനങ്ങളിലൂടെ കയറിയിറങ്ങിയതും കേരളീയ മനഃസാക്ഷിക്കു മറക്കുവാൻ കഴിയാത്ത സംഭവങ്ങളാണ്. അതിന്റെ ഓർമ്മപ്പെടുത്തലുകൾ നിർവ്വഹിക്കുന്ന ചിത്രമാണ് *പിറവി.*

പുത്രവിലാപങ്ങൾ

രാഘവചാക്യാരുടെയും ദേവികയുടേയും മകനായ രഘുവിന്റെ കാണാതാകലിനെ പ്രശ്ന പരിസരത്തു നിർത്തിയാണ് *പിറവി* നീങ്ങുന്നത്. രഘു തിരിച്ചെത്തുന്നതും പ്രതീക്ഷിച്ച് പുഴകടന്നു ബസ് സ്റ്റോപ്പിൽ കാത്തിരിക്കുന്ന രാഘവചാക്യാർ മകൻ വരാത്ത നിരാശയിൽ തിരിച്ച് തറവാട്ടിലെത്തുന്നു. അമ്മയുടെ കണ്ണിന്റെ ശസ്ത്രക്രിയ നടത്തുന്നതിനും അച്ഛനു മരുന്നു വാങ്ങുന്നതിനും സഹോദരി മാലതിയുടെ വിവാഹം ഉറപ്പിക്കുന്നതിനും രഘുവിന്റെ സാന്നിദ്ധ്യം അനിവാര്യമായിരുന്നു. പ്രതീക്ഷയോടെ അടുത്ത ദിവസവും ബസ് സ്റ്റോപ്പിൽ എത്തി കാത്തിരിക്കുന്നുവെങ്കിലും രഘു എത്തുന്നില്ല. രഘുവിന്റെ കോളേജിൽ പഠിച്ചിരുന്ന

'പിറവി'യിൽ പ്രേംജി, സി വി ശ്രീരാമൻ

സുഹൃത്തിനെ അന്വേഷിച്ച് രാഘവചാക്യാർ എത്തുന്നുവെങ്കിലും അവൻ നേരിട്ടുകണ്ടു സംസാരിക്കുവാൻ തയ്യാറാകുന്നില്ല. അച്ഛന്റെയും അമ്മയുടെയും വേദനകൾ വീർപ്പുമുട്ടിക്കുന്ന മാലതി രഘുവിന്റെ സുഹൃത്തിനെകണ്ടു സംസാരിക്കുമ്പോഴാണ് അവനെ പൊലീസ് പിടിച്ചുകൊണ്ടുപോയതും പത്രത്തിൽ വാർത്തവന്നതും അറിയുന്നത്. രഘുവിന്റെ തിരോധാനത്തെക്കുറിച്ച് അന്വേഷിക്കുന്നതിനായി തിരുവനന്തപുരത്തെത്തുന്ന രാഘവചാക്യാർ അഭ്യന്തരമന്ത്രിയെയും പൊലീസ് മേധാവിയേയും നേരിൽ കണ്ട് സംസാരിക്കുന്നു. അവർ നല്കുന്ന സഹായവാഗ്ദാനങ്ങളിൽ വിശ്വസിച്ച് സമാധാനത്തോടെ ചാക്യാർ തറവാട്ടിലെത്തുന്നു. രഘുവിന്റെ തിരോധാനത്തെ സംബന്ധിച്ച വസ്തുതകൾ ദേവകിയെ അറി

യിക്കാതിരിക്കുവാൻ അയാളും ശ്രദ്ധിക്കുന്നു.

*പിറവി*യിൽ രഘുവെന്ന കഥാപാത്രം സജീവമായി നിറഞ്ഞുനില്ക്കുമ്പോൾതന്നെ പ്രത്യക്ഷതലത്തിൽ രഘു സിനിമയിൽ അവതരിപ്പിക്കപ്പെടുന്നില്ല. അദൃശ്യനാക്കപ്പെട്ട രഘുവിന് എന്തും സംഭവിച്ചിരിക്കും എന്ന സൂചന നല്കുന്ന *പിറവി* കാലദേശങ്ങൾക്കതീതമായി നിലകൊള്ളുന്ന സിനിമയാണ്. മകനെ നഷ്ടപ്പെട്ട മാതാപിതാക്കളുടെ ദുഃഖം എവിടേയും ഒരുപോലെയാണല്ലോ? അതിന്റെ തീവ്രതയെ പ്രേക്ഷകരിലേക്ക് എത്തിക്കുവാൻ ഷാജി എൻ കരുണിനു കഴിഞ്ഞിട്ടുണ്ട്. ഷാജി എൻ കരുണിനെ സംബന്ധിച്ചിടത്തോളം അദ്ദേഹത്തിന്റെ കരിയറിലെ ഏറ്റവും മികച്ച സൃഷ്ടിയാണ് പിറവി. *പിറവി, സ്വം, വാനപ്രസ്ഥം, കുട്ടിസ്രാങ്ക്, സ്വപാനം* എന്നീ ചിത്രങ്ങളിൽ *പിറവി, വാനപ്രസ്ഥം, കുട്ടിസ്രാങ്ക്* എന്നിവ മികച്ച ചിത്രത്തിനുള്ള ദേശീയ പുരസ്കാരം നേടി. ഒന്നിലധികം തവണ മികച്ച സംവിധായകനുള്ള പുരസ്കാരം അടൂർ ഗോപാലകൃഷ്ണൻ, ജി അരവിന്ദൻ എന്നിവർ നേടിയിട്ടുണ്ടെങ്കിലും മലയാളത്തിൽ ഒരേ സംവിധായകന്റെ മൂന്നു ചിത്രങ്ങൾ മികച്ച ചിത്രമായി ദേശീയതലത്തിൽ അംഗീകാരം നേടിയതിന്റെ ക്രെഡിറ്റ് ഷാജി എൻ കരുണിനു മാത്രം സ്വന്തമാണ്. *പിറവി* മുതൽ *സ്വപാനം* വരെയുള്ള ചിത്രങ്ങളിൽ ഏറ്റവും മികച്ചത് *പിറവി*യാണെന്ന് പ്രേക്ഷകരും നിരൂപകരും ഒന്നുപോലെ സമ്മതിക്കുന്നു.

വിസ്മരിക്കപ്പെട്ട രാഷ്ട്രീയം

അടിയന്തരാവസ്ഥക്കാലത്ത് പൊലീസ് മർദ്ദനത്തിനിരയായി കൊല്ലപ്പെട്ട കോഴിക്കോട് ആർ ഇ സി വിദ്യാർത്ഥി രാജന്റെ ഓർമ്മപ്പെടുത്തലുകൾ *പിറവി* നിർവ്വഹിക്കുന്നുണ്ടെങ്കിലും ചിത്രത്തിൽ രാഷ്ട്രീയ പ്രശ്നമായി രഘുവെന്ന വിദ്യാർത്ഥിയുടെ തിരോധാനം മാറുന്നില്ല. എന്തോ ദുരന്തം സംഭവിച്ചു, രഘുവിനെ കാണാതായി, രഘുവിനെ പൊലീസ് അറസ്റ്റു ചെയ്തു എന്നീ സൂചനകളിലൂടെയും നിഗമനങ്ങളിലൂടെയും സഞ്ചരിക്കുന്ന രാഘവചാക്യാർ തിരുവനന്തപുരത്ത് മന്ത്രിയെയും ഉന്നത പൊലീസ് ഉദ്യോഗസ്ഥനെയും സമീപിച്ച് രഘുവിന്റെ വിവരങ്ങൾ തിരക്കുന്നു. രഘുവിനെ ഉടൻതന്നെ വിട്ടയച്ചിരുന്നുവെന്നുള്ള പൊലീസുദ്യോഗസ്ഥന്റെ മറുപടി വിശ്വസിക്കുന്ന രാഘവചാക്യാർ സമാധാനത്തോടെ തറവാട്ടിലേക്ക് മടങ്ങുന്നു. ഭരണകൂട അധികാര സംവിധാനങ്ങളെ അന്ധമായി വിശ്വസിക്കുന്ന രാഘവചാക്യാർ പൊലീസ് അധികാരി കള്ളം പറഞ്ഞുവെന്നു വിശ്വസിക്കുവാൻ തയ്യാറാകുന്നില്ല. പുതിയകാലത്തിന്റെ സമ്പ്രദായങ്ങളെക്കുറിച്ച് ധാരണയുള്ള മാലതി രഘുവിന്റെ ഹോസ്റ്റലിൽ സുഹൃത്തുക്കളോട് വിവരങ്ങൾ അന്വേഷിക്കുന്നുണ്ട്. പൊലീസിന്റെ അറസ്റ്റ് ഉൾപ്പെടെയുള്ളവ അവർ പങ്കുവെക്കുന്നെങ്കിലും അതിനുശേഷം രഘുവിന് എന്തു സംഭവിച്ചുവെന്ന് അവർക്കു ധാരണയില്ല. മന്ത്രിക്കും പൊലീസ് അധികാരിക്കും രഘുവിന്റെ മരണത്തെക്കുറിച്ചു ധാരണയുണ്ടെന്നുള്ള സൂചനകൾ ചിത്രത്തിലുണ്ടെങ്കിലും അതൊരുതലത്തിലും

ഷാജി എൻ കരുൺ

രാഷ്ട്രീയ പ്രശ്നമായി ഉയർത്തപ്പെടുന്നില്ല. ഭരണകൂട ഭീകരതയുടെ ഇര എന്ന നിലയിലല്ല രഘുവിന്റെ കുടുംബം ചിത്രത്തിലവതരിപ്പിക്കപ്പെട്ടിരിക്കുന്നത് മറിച്ച് നിസ്സഹായതയുടെ ഒറ്റപ്പെട്ട തുരുത്തിൽ കഴിയേണ്ടിവരുന്ന വാർദ്ധക്യ ജീവിതങ്ങൾ എന്ന നിലയിലാണ്. പുത്രന്റെ തിരോധാനം വിധിയുടെ പ്രഹരമായിട്ടാണ് രാഘവചാക്യാർ വിശ്വസിക്കുന്നത്.

ഒരു വിവാദ രാഷ്ട്രീയ വിഷയം എന്ന നിലയിൽ കേരളത്തിലിപ്പോഴും ചർച്ചചെയ്യപ്പെടുന്ന രാജൻ സംഭവത്തെ പിൻപറ്റിയല്ല *പിറവി* രൂപപ്പെടുത്തിയതെന്നു സംവിധായകൻ അവകാശപ്പെട്ടാലും ചിത്രത്തിലെ സൂചനകൾ മറിച്ചു ചിന്തിക്കുവാനാണ് പ്രേരിപ്പിക്കുന്നത്. രാഷ്ട്രീയമായൊരു പ്രമേയത്തെ തികച്ചും അരാഷ്ട്രീയമായി അവതരിപ്പിക്കുന്ന *പിറവി* വ്യക്തിദുഃഖത്തിന്റെ പരകോടിയിലേക്കു സഞ്ചരിച്ചുകൊണ്ട് ജീവിതത്തിന്റെ ദുരന്തമുഖത്തെ അടയാളപ്പെടുത്തുന്നു.

വൈകാരിക സമീപനങ്ങൾ

കുടുംബത്തിന്റെ ബാദ്ധ്യതകളെ ഏറ്റെടുത്തു നടത്തേണ്ടുന്ന പുരുഷന്റെ തിരോധാനം ചാക്യാർ കുടുംബത്തിന്റെ അടിത്തറയെ ദുർബ്ബലമാക്കുന്നു. കാത്തിരിപ്പിന്റെ പ്രതീക്ഷകൾ- വിശ്വാസങ്ങൾ - നിരാശകൾ എന്നിവയവതരിപ്പിക്കുന്ന *പിറവി* രഘുവിനുവേണ്ടിയുള്ള കാത്തിരിപ്പ് അർത്ഥശൂന്യമാണെന്നു തെളിയിക്കുമ്പോൾ വൈകാരികമായ ഒരു ചലച്ചിത്ര പ്രബന്ധമായി മാറുന്നു. രഘുവിനെന്തുപറ്റിയെന്നുള്ള അന്വേഷണത്തിന്റെ ബാദ്ധ്യതകൾ ചാക്യാർ കുടുംബത്തിനപ്പുറത്ത് മറ്റുള്ള

വർ ഏറ്റെടുക്കുന്നില്ല. അതിനുള്ള കാരണം അവരുടെ ഒറ്റപ്പെട്ട ജീവിതമാണ്. പരിചയബന്ധത്തിലുള്ള തറവാട്ടിൽനിന്നും ഒരാളെ അച്ഛനെയും അമ്മയെയും ഏല്പിക്കുവാൻ ശ്രമിക്കുന്ന മാലതിയെ ശകാരിക്കുവാനാണ് തറവാട്ടുകാരണവർ ഉത്സാഹിക്കുന്നത്. മാലതിയെന്ന സ്ത്രീക്ക് കുടുംബത്തിന്റെ നെടുനായകത്വം ഏറ്റെടുത്ത് വിജയിപ്പിക്കുവാൻ കഴിയുന്ന പരിതസ്ഥിതികളല്ല ചാക്യാർ കുടുംബത്തിലുള്ളതെന്നു *പിറവി* വ്യക്തമാക്കുന്നു. നിരാലംബരായ വൃദ്ധരുടെ സംരക്ഷണം, ജീവിതവൃത്തിക്കായുള്ള തൊഴിലിനെ നിലനിർത്തൽ എന്നീ ദ്വിമുഖാവസ്ഥകളെ ഒരേസമയം മാലതിക്ക് നേരിടേണ്ടിവരുന്നു ചാക്യാർ കുടുംബത്തിന്റെ ദൈന്യാവസ്ഥകളുടെ പശ്ചാത്തലമായി നിരന്തരമായി മഴപെയ്യുന്ന ഒട്ടനവധി ദൃശ്യങ്ങൾ *പിറവി*യിലുണ്ട്. മേയ്ക്കപ്പിന്റെ ഗിമ്മിക്കുകൾകാട്ടി പ്രകടനപരതകളിലൂടെ നടീനടന്മാർ കഥാപാത്രങ്ങളായി മാറുന്ന സ്ഥിതിവിശേഷത്തിൽനിന്നും പ്രേംജിയുടെ രാഘവചാക്യാർ ബഹുദൂരം മാറിനില്ക്കുന്നു. വാർദ്ധക്യത്തിന്റെ ശാരീരികാവശതകൾ പേറുന്ന രാഘവചാക്യാരുടെ ശരീരഭാഷയെ പ്രേംജിയെന്ന നടൻ അതുല്യമാക്കിയതിന്റെ തെളിവാണ് മികച്ച നടനുള്ള ദേശീയ പുരസ്കാരം അദ്ദേഹത്തിനു ലഭിച്ചത്.

കഥാപുരുഷൻ (1995)

രചന, സംവിധാനം	-	അടൂർ ഗോപാലകൃഷ്ണൻ
നിർമ്മാണം	-	അടൂർ ഗോപാലകൃഷ്ണൻ, എൻ എച്ച് കെ
ഛായാഗ്രഹണം	-	മങ്കട രവിവർമ്മ
ചിത്രസംയോജനം	-	എം മണി
ശബ്ദലേഖനം	-	ഹരികുമാർ
സംഗീതം	-	വിജയഭാസ്കർ
അഭിനേതാക്കൾ	-	വിശ്വനാഥൻ, മിനി, ആറന്മുള പൊന്നമ്മ, ഊർമ്മിള ഉണ്ണി, നരേന്ദ്രപ്രസാദ്, ബാബുനമ്പൂതിരി

തകർന്നു തുടങ്ങിയ ജന്മിത്തറവാട്ടിലെ അമ്മൂമ്മ, മകൾ, അവരുടെ മകനായ കുഞ്ഞുണ്ണി എന്നിവരുടെ ജീവിതത്തിലൂടെയാണ് *കഥാ പുരുഷൻ* നീങ്ങുന്നത്. കുഞ്ഞുണ്ണിയുടെ ജനനം മുതൽ വളർച്ചയുടെ ഓരോ ഘട്ടങ്ങളും ഇന്ത്യയുടെ ചരിത്രസംഭവങ്ങളുമായി ബന്ധപ്പെട്ടി രുന്നു. അച്ഛന്റെ സംരക്ഷണമില്ലാതെ വളർന്ന കുഞ്ഞുണ്ണിക്ക് അടുക്കള ക്കാരി ജാനമ്മയുടെ മകൾ മീനാക്ഷി തുണയായിരുന്നു. രാമകൃഷ്ണൻ സാറ് പെറ്റിബൂർഷ്വയെന്നു വിളിച്ചതിൽ കുഞ്ഞുണ്ണി വിഷമിച്ചു കരയു മ്പോൾ കാര്യസ്ഥൻ വേലുച്ചാർ ഗാന്ധിജിയെയാണ് കുറ്റം പറയുന്നത്. ടൗണിൽ പഠിക്കുന്നതിനു പോകുന്ന കുഞ്ഞുണ്ണി കമ്യൂണിസ്റ്റുകാരനായി മാറുന്നു. അമ്മയുടെ മരണത്തിനു കുഞ്ഞുണ്ണി കർമ്മം ചെയ്യുമ്പോഴാണ് ജീവിതത്തിലിതുവരെയും കാണാത്ത അച്ഛൻ തറവാട്ടിലെത്തുന്നത്. തറ

കഥാപുരുഷനിലെ ഒരു രംഗം

വാട്ടിലെ സാമ്പത്തികസ്ഥിതി മോശമായതിനെത്തുടർന്ന് അമ്മൂമ്മ ജാനമ്മയേയും കുട്ടികളേയും തറവാട്ടിൽനിന്നും പറഞ്ഞുവിടുന്നു. ഭൂവുടമകൾ ദരിദ്രരാവുകയും കൃഷിക്കാർക്ക് ഭൂമി ലഭിക്കുകയും ചെയ്ത ഒരു കാലഘട്ടമായിരുന്നു അത്. നക്സലുകൾ പുൽപ്പള്ളി സ്റ്റേഷൻ ആക്രമിച്ചതിനെത്തുടർന്നുള്ള സമയത്ത് പ്രസിൽ ജോലി ചെയ്തിരുന്ന കുഞ്ഞുണ്ണിയെ പൊലീസ് അറസ്റ്റു ചെയ്യുന്നു. പൊലീസിന്റെ അകമ്പടിയോടെയാണ് കുഞ്ഞുണ്ണി അമ്മൂമ്മയുടെ അന്ത്യകർമ്മങ്ങൾ ചെയ്യുന്നതും. ജയിലിൽനിന്നു പുറത്തിറങ്ങുന്ന കുഞ്ഞുണ്ണി മീനാക്ഷിയെ അന്വേഷിച്ചു കണ്ടെത്തി സ്വന്തമായൊരു ജീവിതം തുടങ്ങുന്നു. ജീവിതത്തിലൊരിക്കൽപ്പോലും കുഞ്ഞുണ്ണിയെ തേടിവരാത്ത അച്ഛന്റെ ആഗ്രഹവുമായി അയാളുടെ മറ്റൊരു മകൻ കുഞ്ഞുണ്ണിയെത്തേടി വരുന്നുണ്ട്. കുഞ്ഞുണ്ണി അച്ഛനെ കാണാൻ എത്തുമ്പോഴേക്കും അയാൾ മരിച്ചിരുന്നു. കുഞ്ഞുണ്ണിയുടെ സുഹൃത്തായ തോമസ് തരകൻ വഴി 'ഖരാക്ഷരങ്ങൾ' എന്ന നോവൽ കുഞ്ഞുണ്ണി പ്രസിദ്ധീകരിക്കുന്നു. വലിയ ശ്രദ്ധ നേടിയ നോവലിനെ സംസ്ഥാന ഗവൺമെന്റ് നിരോധിച്ച വാർത്ത വായിച്ച് പൊട്ടിച്ചിരിക്കുമ്പോൾ കുഞ്ഞുണ്ണിയുടെ വിക്കുമാറുന്നയിടത്ത് *കഥാപുരുഷൻ* അവസാനിക്കുന്നു.

കാലഘട്ടത്തിന്റെ ചരിത്ര രേഖകൾ

ആയിരത്തിത്തൊള്ളായിരത്തി മുപ്പതുകളിലാരംഭിക്കുന്ന *കഥാപുരുഷൻ* എൺപതുകളിലാണ് അവസാനിക്കുന്നത്. കുഞ്ഞുണ്ണിയുടെ

വളർച്ച ഇന്ത്യാ ചരിത്രത്തിന്റെ/ കേരള ചരിത്രത്തിന്റെ സുപ്രധാന സംഭവങ്ങൾക്ക് സാക്ഷിയായിക്കൊണ്ടായിരുന്നു. ബ്രിട്ടീഷുകാർ ഇന്ത്യവിട്ടു പോകുന്നതും ഗാന്ധിജി ഗോഡ്സേയുടെ വെടിയേറ്റു മരിച്ചതിനെയും ചിത്രത്തിൽ സൂചിപ്പിക്കുന്നുണ്ട്. കാലത്തിന്റെ മാറ്റങ്ങളിൽ അതിനുകാരണക്കാരനായ ഗാന്ധിയെ കാര്യസ്ഥൻ വേലുച്ചാർ കുറ്റം പറയുന്നുണ്ടെങ്കിലും ഗാന്ധിജിയുടെ മരണത്തിൽ അയാൾ അതീവദുഃഖിതനായി മാറുന്നുണ്ട്. ടൗണിൽ പഠിക്കാൻപോകുന്ന കുഞ്ഞുണ്ണി ഇടതുപക്ഷ പ്രസ്ഥാനത്തിന്റെ ഭാഗമായി മാറുന്നതിനെയവതിപ്പിക്കുന്ന *കഥാപുരുഷൻ* തുടർന്നുള്ള ദൃശ്യങ്ങളിലൂടെ കേരള രാഷ്ട്രീയത്തിന്റെ മാറ്റങ്ങൾ സൂചിപ്പിക്കുന്നു. ദേശാഭിമാനി പത്രത്തിൽ കേരള കർഷകബന്ധബിൽ പാസായ വാർത്ത പ്രത്യക്ഷപ്പെടുന്നത് അതിനുള്ള തെളിവാണ്. ഫ്യൂഡലിസത്തിന്റെ തകർച്ചയും ദുരന്തങ്ങളും തുടർന്ന് ചിത്രത്തിൽ ദൃശ്യമാകുന്നുണ്ട്. സാമ്പത്തികമായി ക്ഷയിച്ച തറവാടിനു ബാദ്ധ്യതകൾ ഉൾക്കൊള്ളാനുള്ള ശേഷിയില്ലാത്തതിന്റെ പുറത്ത് ജാനമ്മയേയും കുട്ടികളേയും അമ്മൂമ്മ തറവാട്ടിൽനിന്നു പറഞ്ഞയയ്ക്കുന്നതും അമ്മൂമ്മയുടെ മരണശേഷം കാര്യസ്ഥൻ വേലുച്ചാർ നാടുവിട്ടു പോകുന്നതും ഫ്യൂഡലിസത്തിന്റെയവസാനത്തെ വെളിപ്പെടുത്തുന്നു. പുൽപ്പള്ളിയിലെ നക്സലുകളുടെ ആക്രമണത്തെ പത്രവാർത്തകളിലൂടെ സൂചിപ്പിക്കുന്ന *കഥാപുരുഷൻ* കുഞ്ഞുണ്ണിയുടെ ജയിൽവാസത്തിലൂടെ നക്സലിസത്തിന്റെ നിരർത്ഥകത വെളിപ്പെടുത്തുന്നു. പ്രസ്ഥാനത്തിന്റെ അപചയത്തെത്തുടർന്ന് നിസ്സംഗനായ കുഞ്ഞുണ്ണി സ്വന്തമായൊരു ജീവിതം ഒരുക്കിയെടുത്ത് ചെറിയൊരു ലോകത്തിലേക്ക് ഒതുങ്ങിക്കൂടുന്നു.

രാഷ്ട്രീയ നിലപാടുകൾ... വിമർശനങ്ങൾ

അടൂരിന്റെ ചിത്രങ്ങളിലെ രാഷ്ട്രീയം സജീവമായി ചർച്ച ചെയ്യപ്പെടുകയും ചിലപ്പോഴൊക്ക വിവാദങ്ങൾ സൃഷ്ടിക്കുകയും ചെയ്യാറുണ്ട്. കേരളചരിത്രത്തെ സംബന്ധിച്ചിടത്തോളം പ്രധാനമായൊരു കാലഘട്ടത്തെ പശ്ചാത്തലത്തിലവതരിപ്പിച്ച *കഥാപുരുഷൻ* രാഷ്ട്രീയ നിലപാടുകളെയൊന്നിനെയും പിൻപറ്റാതെ സ്വതന്ത്രമായ ചില വിമർശനങ്ങളുയർത്തുന്നുണ്ട്. ഫ്യൂഡൽ തറവാട്ടിലെ അംഗങ്ങളായിരുന്നു വാസു, കുഞ്ഞുണ്ണി എന്നിവരുടെ രാഷ്ട്രീയനിലപാടുകളെയും സാമൂഹ്യജീവിതത്തേയും മുൻനിർത്തിയാണ് അടൂർ അത്തരം വിമർശനങ്ങളുന്നയിക്കുന്നത്. ശീമയിൽപ്പോയി പഠിച്ച, ഇന്ത്യയുടെ സ്വതന്ത്ര്യത്തിനുവേണ്ടി പോരാടിയ വാസു തറവാട്ടിൽ തിരിച്ചെത്തുമ്പോൾ “ബ്രിട്ടീഷുകാർ പോകുന്നതുകൊണ്ടു മാത്രം നമുക്കു സ്വാതന്ത്ര്യം ലഭിക്കില്ലാ അതിന് യഥാർത്ഥത്തിലുള്ള വിപ്ലവംതന്നെ ഉണ്ടാവണം” എന്ന നിലപാടിലേക്കു മാറുന്നു. വർഷങ്ങൾക്കുശേഷം കുഞ്ഞുണ്ണിയെത്തേടി വാസു കാഷായ വേഷത്തിലാണ് എത്തുന്നത്. കമ്യൂണിസത്തിൽനിന്നും കാഷായവേഷത്തിലേക്കുമാറി ശാന്തി അന്വേഷിക്കുന്ന വാസു വിപ്ലവങ്ങളും ജയിൽ

വാസവും ജീവിതത്തെ തകർത്തുകളഞ്ഞുവെന്ന് വെളിപ്പെടുത്തുന്ന വ്യക്തിത്വമാണ്. ഇന്ത്യയിലെ വിപ്ലവപ്രസ്ഥാനത്തിന്റെ തകർച്ചയെ അതി മനോഹരമായി വാസുവെന്ന കഥാപാത്രത്തിലൂടെ അവതരിപ്പിക്കുവാൻ അടൂരിനു കഴിഞ്ഞു.

വാസുവിന്റെ നിലപാടിന്റെ മറ്റൊരു തലമാണ് കുഞ്ഞുണ്ണിയുടെ ജീവിതത്തിലൂടെ *കഥാപുരുഷൻ* അവതരിപ്പിക്കുന്നത്. പ്രസ്ഥാനത്തിന്റെ ഭാഗമായി പ്രവർത്തിക്കുന്ന കുഞ്ഞുണ്ണിയെ പൊലീസ് അറസ്റ്റുചെയ്തു കഴിയുമ്പോഴാണ് അമ്മൂമ്മ മരിക്കുന്നത്. അമ്മൂമ്മയുടെ ശവസംസ്കാര ച്ചടങ്ങിനെത്തുമ്പോൾ പൊലീസിന്റെ കൈകളിൽനിന്നും രക്ഷപ്പെടുവാൻ അവസരമുണ്ടായിട്ടും അതിനുദ്യമിക്കാതെ നിയമത്തെ അനുസരിക്കുന്ന കുഞ്ഞുണ്ണി ജയിൽ വാസത്തിനുശേഷം പുതിയൊരു മനുഷ്യനായി കുടുംബജീവിതത്തിലേക്കു മാറുന്നു. ഭരണകൂടത്തിനെതിരെ പ്രവർത്തി ച്ചതിന്റെ ഐഡന്റിറ്റി ഒരുകാലത്തും വിട്ടുപോകില്ലായെന്നതിന്റെ തെളി വാണ് കുഞ്ഞുണ്ണിയുടെ 'ഖരാക്ഷരങ്ങൾ' നിരോധിക്കപ്പെടുന്നതിലൂടെ വ്യക്തമാകുന്നത്. ജയിലിലും ഒളിവിലുമൊക്കെയായി ജീവിതം കുറെ യങ്ങുപോയെന്നു വിലപിക്കുന്ന, മോശപ്പെട്ട ഭർത്താവും അച്ഛനുമാ ണെന്നു ആത്മനിന്ദപുലർത്തുന്ന വാസുവിൽനിന്നും ബഹുദൂരം മാറി സഞ്ചരിക്കുന്ന കുഞ്ഞുണ്ണി മീനാക്ഷിയും കുഞ്ഞുമായി ഫ്യൂഡൽ പാര മ്പര്യത്തിന്റെ ബാദ്ധ്യതകൾ ഇല്ലാതെ സംതൃപ്തമായി ജീവിക്കുന്നു.

കാലത്തെ അതിജീവിക്കുന്ന കഥാപാത്രങ്ങൾ

*കഥാപുരുഷ*നിലെ അമ്മൂമ്മ മുതൽ മീനാക്ഷിവരെ, വേലുച്ചാർ മുതൽ കുഞ്ഞുണ്ണിയുടെ കുട്ടിവരെയും കാലത്തെ അതിജീവിക്കുന്ന കഥാപാത്രങ്ങളായി പ്രേക്ഷക മനസ്സിൽ നില്ക്കും. തകർന്നു തുടങ്ങിയ തറവാട്ടിന്റെ ദൈനംദിന കാര്യങ്ങൾ നടത്തുന്ന അമ്മൂമ്മ ഉത്തരവാദിത്വ ബോധമില്ലാത്ത പാച്ചുപിള്ളയുടെ ജീവിതരീതികളെ നിയന്ത്രിക്കുന്നുണ്ട്. ജാനമ്മ പ്രസവിച്ചിട്ട് മാസത്തിനുശേഷം കാണാനെത്തുമ്പോൾ ഇനി മുതൽ "പാച്ചുപിള്ളയുടെ പായെടുത്ത് വെളീവെച്ചേര്. അയാള് വേലൂ ച്ചാരുടെ കൂടെ വരാന്തേ കിടന്നോളും" എന്നു പ്രഖ്യാപിക്കുന്ന അമ്മൂമ്മ ജാനമ്മയുടെ രക്ഷകയായി മാറുന്നുണ്ട്. തറവാട്ടിന്റെ പുരോഗതിക്കു വേണ്ടി അഹോരാത്രം അദ്ധ്വാനിക്കുന്ന കാര്യസ്ഥൻ വേലുച്ചാർ ഫ്യൂഡ ലിസത്തിന്റെ തകർച്ചയിലും സമൂഹത്തിലെ രാഷ്ട്രീയ മാറ്റങ്ങളിലും അസ്വസ്ഥനാകുകയും അമ്മൂമ്മയുടെ മരണത്തിൽ ദുഃഖിതനായി നാടു വിട്ടുപോകുകയും ചെയ്യുന്നു.

*കഥാപുരുഷ*നിലെ മീനാക്ഷി നിശബ്ദയെങ്കിലും കുഞ്ഞുണ്ണിയുടെ ജീവിതത്തിനു ധൈര്യം പകർന്നു നില്ക്കുന്നവളും ജീവിതത്തിൽ തനി ച്ചായിപ്പോകുന്ന കുഞ്ഞുണ്ണിയുടെകൂടെ ദാമ്പത്യജീവിതം നയിക്കുന്നവ ളുമാണ്. മീനാക്ഷിയേപ്പോലെ മികവുറ്റ കഥാപാത്രമാണ് അവരുടെ മകനും. മരിക്കുന്നതിനുമുമ്പ് കുഞ്ഞുണ്ണിയെ കാണണമെന്നാഗ്രഹിക്കുന്ന

കുഞ്ഞുണ്ണിയുടെ അച്ഛൻ ദൂതനെ പറഞ്ഞയയ്ക്കുമ്പോൾ "ഉടുപ്പെടുത്തിട്ട് വേഗം ചെല്ലച്ഛാ - അച്ഛനും ഒരിക്കൽ വയസ്സാകും.. അച്ഛനും സൂക്കേടു വരും" എന്നു പറഞ്ഞ് ഓർമ്മപ്പെടുത്തുന്ന മകൻ തിരിച്ചറിവിന്റെ പുതിയ ലോകമാണ് കുഞ്ഞുണ്ണിക്ക് സമ്മാനിക്കുന്നത്. പുതിയ കാലഘട്ടത്തിൽ മുൻ നക്സൽ നേതാവ് കുഞ്ഞുണ്ണിയുടെ ഖരാക്ഷരങ്ങൾ നോവലിനു സർക്കാർ നിരോധനമേർപ്പെടുത്തുമ്പോൾ അതുവരെ കുഞ്ഞുണ്ണിക്കുണ്ടായിരുന്ന വിക്ക് അയാളെ വിട്ടുമാറുകയും സ്ഫുടമായി സംസാരിക്കുകയും ചെയ്യുന്നു. ഒരു വ്യക്തിയുടെ ബാല്യം മുതലുള്ള ജീവിതത്തിലൂടെ സഞ്ചരിച്ചുകൊണ്ട് വലിയൊരു ദേശചരിത്രത്തെ അഭ്രപാളിയിൽ അടയാളപ്പെടുത്തുവാൻ അടൂരിനു കഴിഞ്ഞു. കേരളീയസമൂഹത്തിലെ സാമൂഹ്യരാഷ്ട്രീയ രംഗത്തെ പ്രതിസന്ധികളുടെ പിൻതുടർച്ചയായിരുന്നു കുഞ്ഞുണ്ണിയുടെ വിക്കിലുണ്ടായിരുന്നതും.

വാനപ്രസ്ഥം (1999)

രചന	-	ഷാജി എൻ കരുൺ, രഘുനാഥ് പലേരി
സംവിധാനം	-	ഷാജി എൻ കരുൺ
നിർമ്മാണം	-	യൂറോ അമേരിക്കൻ ഫിലിംസ്, പ്രണവം ഇന്റർനാഷണൽ
ഛായാഗ്രഹണം	-	റെനറ്റോ ബർട്ടോവ്, സന്തോഷ് ശിവൻ
ചിത്രസംയോജനം	-	ശ്രീകർ പ്രസാദ്
സംഗീതം	-	സക്കീർ ഹുസൈൻ
അഭിനേതാക്കൾ	-	മോഹൻലാൽ, സുഹാസിനി, കുക്കു പരമേശ്വരൻ, മട്ടന്നൂർ ശങ്കരൻകുട്ടി, ബിന്ദു പണിക്കർ

ഷാജി എൻ കരുണിന്റെ *വാനപ്രസ്ഥം* ഒറ്റവാക്കിൽ കഥകളി നടനായ കുഞ്ഞിക്കുട്ടന്റെ ജീവിതത്തിലൂടെയുള്ള യാത്രയാണ്. ചെറുപ്പം മുതൽ അവഗണനകളും അവഹേളനങ്ങളും അനുഭവിച്ച കുഞ്ഞിക്കുട്ടൻ മനയിലെ നമ്പൂതിരിക്ക് അടിച്ചുതളിക്കാരി ഭാഗീരഥിയിൽ ജനിച്ച രഹസ്യപുത്രനാണ്. ചുവടുപഠിക്കാൻ നമ്പൂതിരിക്കുട്ടികൾക്കൊപ്പം നില്ക്കുന്ന കുട്ടനെ കോലിനെറിഞ്ഞ് ആശാൻ ഓടിച്ചുവിടുന്നു. വളരുമ്പോഴും അവഗണനകൾ നേരിടുന്ന കുട്ടൻ പലരുടേയും ഔദാര്യത്തിലും സഹായത്തിലും കഥകളി പഠിച്ച് നല്ല നടനായി മാറുന്നു. മികച്ചനടനായി പേരെടുത്തപ്പോഴും കുടുംബത്തിലെ ദാരിദ്ര്യത്തിന് മാറ്റങ്ങളൊന്നുമുണ്ടായിരുന്നില്ല. കലാകാരനായിമാത്രം ജീവിക്കുമ്പോൾ കുഞ്ഞിക്കുട്ടന്റെ കുടുംബജീവിതത്തിന്റെ താളം തെറ്റുന്നു. ഭാര്യ ഒറ്റപ്പെട്ട തുരുത്തിൽ

വാനപ്രസ്ഥം സിനിമയിൽ മോഹൻലാൽ, സുഹാസിനി

ജീവിച്ചുകൊണ്ട് ജീവിതത്തിന്റെ അവസ്ഥകളെ മുൻനിറുത്തി എപ്പോഴും കുറ്റപ്പെടുത്തലുകൾ നടത്തുന്നു. മദ്യത്തിനടിമയായ കുഞ്ഞിക്കുട്ടന് മതിയായ പ്രതിഫലം നല്കാതെ മദ്യം നല്കി തൃപ്തിപ്പെടുത്താൻ പല സംഘാടകരും ശ്രമിക്കുന്നുണ്ട്. മകളുടെ സാന്നിദ്ധ്യമാണ് പലപ്പോഴും കുഞ്ഞിക്കുട്ടന് ആശ്വാസമായിട്ടുള്ളത്.

ഒട്ടനവധി സ്ഥലങ്ങളിൽ കഥകളിയവതരിപ്പിക്കുന്ന കുഞ്ഞിക്കുട്ടനും സംഘവും സുഭദ്രത്തമ്പുരാട്ടിയുടെ ഗൃഹത്തിൽ കഥകളിയവതരിപ്പിക്കാനെത്തുന്നിടം മുതൽ *വാനപ്രസ്ഥ*ത്തിന്റെ ഗതിമാറുന്നു. കുഞ്ഞിക്കുട്ടന്റെ അർജ്ജുന വേഷത്തെ എഴുത്തുകാരിയും സംഗീതജ്ഞയുമായ സുഭദ്രത്തമ്പുരാട്ടി പ്രണയിക്കുന്നു. കുഞ്ഞിക്കുട്ടനോടല്ല തന്റെ അർജ്ജുനവേഷത്തോടാണ് സുഭദ്രയ്ക്കു പ്രണയമെന്നു കുഞ്ഞിക്കുട്ടൻ തിരിച്ചറിഞ്ഞില്ല. ഇരുവരും തമ്മിലുണ്ടായ ബന്ധത്തിൽ ജനിച്ച കുഞ്ഞിനെ കാണാനുള്ള സ്വാതന്ത്ര്യം സുഭദ്ര കുഞ്ഞിക്കുട്ടനു നിഷേധിക്കുന്നു. സംഘർഷങ്ങളുടെ ലോകത്തിലൂടെ നീങ്ങുന്ന കുഞ്ഞിക്കുട്ടനെ കളിസംഘത്തിലെ പിന്നണിക്കാരുടെ ജീവിതത്തിലെ ദുരന്തങ്ങളും ദുഃഖത്തിലാക്കുന്നുണ്ട്. സുഭദ്ര രചിച്ച സുഭദ്രാഹരണം കഥകളി ആഗ്രഹത്തോടെ അവതരിപ്പിക്കുവാൻ ശ്രമിക്കുന്ന കുഞ്ഞിക്കുട്ടൻ കൂടെ ആടുന്നതിന് മകൾ ശാരദയെ ഒരുക്കിയെടുക്കുന്നു. അതിൽ പ്രതിഷേധിച്ച് ഭാര്യ വീടുവിട്ടുപോകുന്നു. സുഭദ്രാഹരണം കഥകളി ആടിക്കഴിയുന്നതോടുകൂടി കുഞ്ഞിക്കുട്ടൻ ജീവിതത്തിൽനിന്നും അരങ്ങൊഴിയുന്നതോടുകൂടി *വാനപ്രസ്ഥം* പൂർണ്ണമാകുന്നു.

തിരസ്കൃതന്റെ നിസ്സഹായതകൾ

ഫ്യൂഡൽ കാലഘട്ടത്തിൽ ജനിച്ച കുഞ്ഞിക്കുട്ടന് പിതൃത്വത്തിന്റെ പേരിൽ നേരിടേണ്ടിവരുന്ന അപമാനങ്ങൾ വർഷങ്ങളോളം പിന്തുടരുന്നുണ്ട്. മനയ്ക്കലെ നമ്പൂതിരിക്ക് അടിച്ചുതളിക്കാരി ഭാഗീരഥിയിൽ പിറ

ക്കുന്ന കുഞ്ഞിക്കുട്ടന് അത്തരമൊരു ജന്മത്തിന്റെ അടിസ്ഥാനത്തിൽ കീഴാളനിലയാണ് ബാല്യത്തിലനുഭവിക്കേണ്ടി വന്നത്. കുഞ്ഞിക്കുട്ടൻ ആശാനായി വളർന്നപ്പോൾ മനയ്ക്കലെ തമ്പുരാൻ ഒരേക്കർ പറമ്പും കൃഷിയിടവും കുഞ്ഞിക്കുട്ടനു നല്കുമ്പോൾ പ്രമാണം കത്തിച്ച് അയാൾ തന്റെ അമർഷവും വേദനയും പ്രകടിപ്പിക്കുന്നു. കഥകളിയിലൂടെ പേരും പ്രശസ്തിയും സ്വന്തമാക്കി മുന്നേറിയിരുന്ന കുഞ്ഞിക്കുട്ടന് സ്വന്തംവീട്ടിലെ ദാരിദ്ര്യാവസ്ഥകളെ പരിഹരിക്കുവാൻ കഴിഞ്ഞിരുന്നില്ല. കളിയുടെ ആവേശങ്ങൾക്കിടയിൽ മഹാരാജാവിന്റെ മകൾ സുഭദ്രയുമായുള്ള പ്രണയത്തിലുണ്ടാകുന്ന കുഞ്ഞിന്റെ പിതൃത്വം നിഷേധിക്കപ്പെടുകയും സുഭദ്രയെ കാണുവാനുള്ള അവസരങ്ങൾപോലും നിഷേധിക്കപ്പെടുന്നു. അച്ഛനുമുന്നിൽ ജീവിതം യാചിച്ചുനിന്ന മകന് സ്വന്തം പുത്രന്റെ നിഴലുപോലും കാണാൻ കിട്ടാത്ത വിധിയുണ്ടാകുന്നത് കുഞ്ഞിക്കുട്ടന്റെ ജീവിതത്തിലെ മറ്റൊരു ദുരന്തമാണ്.

പരാജിതനാകാൻവേണ്ടി മാത്രം ജീവിതം മാറ്റിവെക്കപ്പെട്ട കുഞ്ഞിക്കുട്ടന്റെ വീഴ്ചകൾ ജന്മംകൊണ്ടേയാരംഭിച്ചിരുന്നു. സ്വന്തമായൊരു സ്ഥാനവുമില്ലാതെ ഔദാര്യത്തിന്റെ പിന്നാമ്പുറങ്ങളിൽനിന്ന് ദാരിദ്ര്യത്തോടൊപ്പം അവഗണനയുടെ കയ്പുനീരും കുടിച്ചു വളർന്ന കുഞ്ഞിക്കുട്ടന് ഭൂതകാലത്തിൽനിന്നും വിടുതൽ പ്രാപിക്കുവാൻ ഒരിക്കലും കഴിയാതെ വരുന്നു. കഥകളിക്കാരന്റെ ദൗർബല്യങ്ങളെ ചൂഷണംചെയ്തിരുന്ന ക്ഷേത്രക്കമ്മിറ്റികൾ, ആസ്വാദകർ എന്നിവരും കളിക്കാരന്റെ ജീവിതത്തിന്റെ പരാജയത്തിനു കാരണമാകുന്നുണ്ട്. സ്വകാര്യ പ്രശ്നങ്ങളിൽ ഉള്ളുനീറുമ്പോഴും കഥാപാത്രമായി രംഗത്ത് ആടുവാൻ വിധിക്കപ്പെട്ട ഒട്ടനവധി കലാകാരന്മാരുടെ പ്രതിനിധിയാണ് കുഞ്ഞിക്കുട്ടൻ. കലാകാരന്റെ ആത്മനൊമ്പരങ്ങൾ തിരിച്ചറിയപ്പെടാതെ പോകുന്നതിനെതിരെ പ്രതിഷേധിച്ചിട്ടും അതിനു പ്രത്യേകിച്ചു ഫലമുണ്ടാകില്ലെന്നു കുഞ്ഞിക്കുട്ടൻ തിരിച്ചറിയുന്നു.

കളിക്കാരന്റെ ദുരിതങ്ങൾ

"ഭംഗിവാക്ക് പറയുന്നില്ല. സത്യം പറയാം. ദാരിദ്ര്യം. ശരിക്കും ദാരിദ്ര്യം. എന്റെ മാത്രമല്ല ഈ ഉത്സവ കാലത്ത് ഇവിടെ ആടിയ എല്ലാ വേഷങ്ങൾക്കും ദാരിദ്ര്യം"- മഹാരാജാവിന്റെ മുമ്പിൽനിന്നു കുഞ്ഞിക്കുട്ടൻ നെഞ്ചുപൊട്ടിപ്പറയുന്ന സത്യങ്ങൾ നിരവധി വർഷങ്ങളായി കഥകളി വേഷക്കാരും വാദ്യക്കാരും അനുഭവിക്കുന്ന പ്രതിസന്ധികളുടെ വെളിപ്പെടുത്തലായിരുന്നു. അരങ്ങിൽ നിറഞ്ഞാടി പ്രേക്ഷകരെ രസിപ്പിക്കുമ്പോഴും തറവാടുകളിൽ നിറയുന്ന ദാരിദ്ര്യങ്ങൾ നടന്മാരെ അലട്ടിയിരുന്നു. കഥകളി ഉദാത്തകലയായിരിക്കുമ്പോഴും കളിക്കാർക്ക് മതിയായ പ്രതിഫലം ലഭിച്ചിരുന്നില്ലായെന്നതാണ് വാസ്തവം. കഥകളിക്കാരന്റെ കൈയിൽകിട്ടുന്നത് ഒരു മുണ്ടും രണ്ടണയും മാത്രമാണെന്ന പിഷാരടി മാസ്റ്ററുടെ തുറന്നുപറച്ചിലിലും അതു പ്രതിഫലിക്കുന്നുണ്ട്.

കുഞ്ഞിക്കുട്ടന്റെ സ്വത്വപ്രതിസന്ധികൾക്കിടയിൽ വലിയ ദുരന്തമുണ്ടാകുന്നത് പാട്ടുകാരൻ നമ്പൂതിരി ക്യാൻസർ ബാധിതനായി കിടപ്പിലാകുമ്പോഴാണ്. ഉച്ചത്തിൽ നാമം ജപിക്കുവാൻപോലും കഴിയാതെ തളർന്നുകിടക്കുന്ന നമ്പൂതിരിയുടെ ജീവൻ രക്ഷിക്കുവാൻ മഹാരാജാവിനോടപേക്ഷിക്കുന്നുണ്ട് കുഞ്ഞിക്കുട്ടൻ. നമ്പൂതിരിയുടെ ദുരിതക്കിടക്കയുടെ ഓർമ്മകൾ കുത്തിനോവിക്കുമ്പോഴാണ് കുഞ്ഞിക്കുട്ടൻ അരങ്ങിൽനിന്നും കലാശം പകുതിയാക്കി ഇറക്കുന്നതും. കഥകളിക്കാരന്റെ ഉള്ളിലെ സാധാരണക്കാരന്റെ വേദനകളെ കണ്ടെത്തുവാനാണ് *വാനപ്രസ്ഥം* ശ്രമിക്കുന്നത്. വേഷം രാമനായാലും രാവണനായാലും ആടുന്നത് നടന്റെ മനസ്സാണ്. അതിനെ നിയന്ത്രിച്ചുനിറുത്താൻ കഴിയാതെ വരുമ്പോൾ നടൻ പരാജയപ്പെടും. *വാനപ്രസ്ഥ*ത്തിൽ ജീവിതത്തിന്റെ പരാജയങ്ങൾ കുഞ്ഞിക്കുട്ടന്റെ അരങ്ങിലെ പരാജയങ്ങൾകൂടിയായി മാറുന്നു. കഥകളിയെ മഹത്ത്വവല്ക്കരിച്ച്, കഥകളിക്കാർക്ക് അംഗീകാരങ്ങൾ നേടിക്കൊടുക്കുകയെന്ന ലക്ഷ്യത്തിലല്ല *വാനപ്രസ്ഥം* നിർമ്മിക്കപ്പെട്ടിരിക്കുന്നത്. കഥകളികലാകാരന്മാരുടെ ദുരന്ത ജീവിതത്തിലേക്കുള്ള ഒരു പ്രദക്ഷിണമാണ് യഥാർത്ഥത്തിൽ *വാനപ്രസ്ഥം*.

സുഭദ്ര- അർജ്ജുന (കുഞ്ഞിക്കുട്ടൻ) പ്രണയം

സുഭദ്രാഹരണം കഥകളിയാടുവാൻ എത്തിയ കുഞ്ഞിക്കുട്ടന്റെ അർജ്ജുന വേഷത്തെ പ്രണയിക്കുന്ന സുഭദ്രയും സുഭദ്രയുടെ പ്രണയത്തെ തന്നോടുള്ള പ്രണയമായി കണക്കാക്കുന്ന കുഞ്ഞിക്കുട്ടന്റെയും അനുഭവങ്ങൾ വാനപ്രസ്ഥത്തിലെ വേറിട്ടു നില്ക്കുന്നൊരാഖ്യാനമാണ്. രാജവംശത്തിന്റെ പ്രതിനിധി കഥകളിക്കാരനെ പ്രണയിക്കില്ലെന്നുള്ള തിരിച്ചറിവ് കുഞ്ഞിക്കുട്ടനെന്ന കലാകാരനില്ലാതെ പോകുന്നതുകൊണ്ടു തന്നെ ദുരന്തങ്ങൾക്കുമേൽ ദുരന്തമായ് ജീവിതം മാറുന്നു. സ്വപ്നത്തിലെ അർജ്ജുനനെ കുഞ്ഞിക്കുട്ടന്റെ അർജ്ജുനവേഷത്തിൽ കണ്ടെത്തുന്ന സുഭദ്രത്തമ്പുരാട്ടി അഭിമന്യുവിനെ ലഭിക്കുമ്പോൾ യാഥാർത്ഥ്യബോധത്തോടെ കുഞ്ഞുക്കുട്ടനെ തള്ളിപ്പറയുന്നുണ്ട്. എഴുത്തിന്റെയും സംഗീതത്തിന്റെയും ലോകത്തിലൂടെ സഞ്ചരിച്ച സുഭദ്രത്തമ്പുരാട്ടിയുടെ ഭ്രാന്തൻമനസ്സിനെ പിന്തുടർന്ന കുഞ്ഞിക്കുട്ടന്റെ പ്രണയവും ജീവിതവും നിഷ്കരുണം ചവിട്ടിത്തേയ്ക്കപ്പെടുന്നു. സുഭദ്രയുടെ തിരസ്കാരങ്ങൾക്കും ശാരദയുടെ അവഗണനകൾക്കും കുഞ്ഞിക്കുട്ടൻ മറുപടി നല്കുന്നത് സ്വന്തം മകളെ സുഭദ്രയാക്കിയും സ്വയം അർജ്ജുനനുമായി വേഷം കെട്ടിക്കൊണ്ടുള്ള സുഭദ്രാഹരണം കഥകളിയുടെ അവതരണത്തിലൂടെയാണ്. അച്ഛനും മകളും അരങ്ങിൽ പ്രണയിതാക്കളായി മാറുന്നതിനുമുമ്പേ ശാരദ തറവാട്ടിൽ നിന്നുമിറങ്ങിപ്പോകുന്നുവെങ്കിൽ സുഭദ്രാഹരണം കണ്ട സുഭദ്ര തളർന്നുവീഴുന്നു. സ്ത്രീയുടേയും പുരുഷന്റെയും വ്യത്യസ്ത മനോനിലകളിലൂടെ സഞ്ചരിക്കുന്ന *വാനപ്രസ്ഥം* ആ ജീവിതങ്ങളുടെ ദുരന്തങ്ങളെയാണ് പിന്തുടർന്നവതരിപ്പിക്കുന്നത്.

കുഞ്ഞിക്കുട്ടനെ പിഴച്ചുപെറ്റ ഭാഗീരഥി ചിത്രത്തിൽ കൂടുതൽ ഭാഗത്തും നിശ്ശബ്ദ സാന്നിദ്ധ്യമായി നില്ക്കുന്നു. ശാരദയുടെ പ്രതിഷേധങ്ങൾ കുഞ്ഞിക്കുട്ടന്റെ സാഹചര്യങ്ങളെ മെച്ചപ്പെടുത്തുന്നതിനല്ല മറിച്ച് പ്രതിസന്ധികളിലാക്കുന്നതിനാണുപകരിച്ചത്.

കുഞ്ഞിക്കുട്ടന്റെ സംഘർഷഭരിതമായ ജീവിതത്തിലൂടെ സഞ്ചരിച്ച ചിത്രം ഫ്യൂഡൽ- ജാതിവ്യവസ്ഥാസമ്പ്രദായങ്ങളിൽനിന്നും പുതിയ കാലത്തേക്കു സഞ്ചരിക്കുന്ന കേരളീയ സമൂഹത്തെയവതരിപ്പിക്കുന്നുണ്ട്. കഥകളിയെ അടിസ്ഥാനമാക്കിയെടുത്ത *വാനപ്രസ്ഥ*ത്തിൽ കലാമണ്ഡലം ഗോപി, കീഴ്പടം കുമാരൻനായർ എന്നിങ്ങനെയുള്ള ഒരു സംഘം കളിക്കാരെയും ഉൾപ്പെടുത്തിയിട്ടുണ്ട്. കഥകളി നടൻ, സാധാരണ മനുഷ്യൻ എന്നീ അവസ്ഥകളിലൂടെ സഞ്ചരിക്കേണ്ടിവരുന്ന വ്യക്തിക്ക് അനുഭവിക്കേണ്ടിവരുന്ന സംഘർഷങ്ങളോടൊപ്പം അയാളനുഭിക്കേണ്ടിവരുന്ന തിരസ്കാരങ്ങളും സൃഷ്ടിക്കുന്ന അവസ്ഥയെന്ത് എന്നുള്ളതിനുള്ള ഉത്തരം ഷാജി എൻ കരുണിന്റെ *വാനപ്രസ്ഥം* നല്കുന്നു. നിറപ്പകിട്ടാർന്ന വേഷങ്ങൾകെട്ടുന്ന കഥകളി കലാകാരന്മാരുടെ നിറമില്ലാത്ത ജീവിതമാണ് *വാനപ്രസ്ഥം*.

ശാന്തം (2000)

തിരക്കഥ	-	മാടമ്പ് കുഞ്ഞിക്കുട്ടൻ
സംവിധാനം	-	ജയരാജ്
നിർമ്മാണം	-	പി വി ഗംഗാധരൻ
ഛായാഗ്രഹണം	-	രവി വർമ്മൻ
ചിത്രസംയോജനം	-	എൻ പി സതീഷ്
സംഗീതം	-	കൈതപ്രം ദാമോദരൻ നമ്പൂതിരി
കലാസംവിധാനം	-	നമ്പൂതിരി
അഭിനേതാക്കൾ	-	ഐ എം വിജയൻ, മാടമ്പ് കുഞ്ഞിക്കുട്ടൻ, ലളിത, എം ജി ശശി, രാമു

കെ പി എ സി ലളിത, ഐ എം വിജയൻ, സീമാ ബിസ്വാസ് എന്നിവരെ കേന്ദ്രകഥാപാത്രങ്ങളാക്കി ജയരാജ് അവതരിപ്പിച്ച *ശാന്തം* കേരളത്തിലെ രാഷ്ട്രീയ കൊലപാതകങ്ങളുടെ അനന്തരഫലങ്ങളെ അന്വേഷിക്കുന്നു. തിരുനാവായ ഇക്കരക്കരയിൽ മകന്റെ ആത്മാവിനു ബലിയിടാനെത്തുന്ന നാരായണിയുടെ ധർമ്മസങ്കടങ്ങളിലൂടെ നീങ്ങുന്ന ചിത്രം നാരായണിയുടെ മകൻ രാഘവന്റെ രാഷ്ട്രീയകൊലപാതകത്തെ ഓർമ്മിപ്പിക്കുന്നു. നാരായണി മകനെപ്പോലെ വളർത്തിയ, രാഘവന്റെ സുഹൃത്തായ വേലായുധനാണ് അവനെ വീട്ടിൽ കയറി കൊലപ്പെടുത്തിയത്. തിരുനാവായ ഇക്കരക്കരയിൽ നാരായണി മകന്റെ ബലികർമ്മത്തിന് എത്തുമ്പോൾ അക്കരക്കരയിൽ വേലായുധന്റെ അമ്മ കാർത്ത്യായനി മകന്റെ ആയുസ്സിനുവേണ്ടി വിഷ്ണുനമ്പൂതിരിയുടെ തറവാട്ടിൽ പ്രാർത്ഥനക്കെത്തുന്നു. ജാമ്യം കിട്ടി നാട്ടിലെത്തുന്ന വേലായുധൻ തന്നെ

കൊലപ്പെടുത്താൻ വരുന്നവരിൽനിന്നും രക്ഷപ്പെട്ട് വിഷ്ണുനമ്പൂതിരിയുടെ ഇല്ലത്ത് എത്തുന്നു. രാഘവന്റെ മകൻ വേലായുധനെ തിരിച്ചറിഞ്ഞ് മറ്റുള്ളവരെ വിവരമറിയിക്കുമ്പോൾ നാരായണിയും കാർത്ത്യായനിയും വേലായുധനോട് രക്ഷപ്പെടുവാനഭ്യർത്ഥിക്കുന്നു. വേലായുധനെ കൊല്ലുവാനെത്തുന്ന അക്രമികളെ തടയുവാൻ ശ്രമിക്കുന്ന കാർത്ത്യായനിയും നാരായണിയും രാഷ്ട്രീയത്തിന്റെ പേരിൽ ഇനിയൊരു കൊലപാതകംകൂടി സമൂഹത്തിലുണ്ടാകരുതെന്നാഗ്രഹിക്കുന്നു.

ഇരയുടെ വിഹ്വലതകൾ

ഇരയുടെയും വേട്ടക്കാരന്റെയും അന്തഃസംഘർഷങ്ങളെ അതിതീവ്രമായ തലത്തിൽ സന്നിവേശിപ്പിച്ച ഒട്ടനവധി ചിത്രങ്ങൾ മലയാള ചലച്ചിത്ര ലോകത്തുണ്ട്. അവയുടെ തുടർച്ചയായി നില്ക്കുന്ന ചിത്രമാണ് *ശാന്തം*. സംഘടനാ നേതാക്കളുടെ നിർബ്ബന്ധങ്ങൾക്കു വഴങ്ങി വേലായുധൻ സുഹൃത്തായ രാഘവനെ കൊലപ്പെടുത്തിയതിനുശേഷം

അതിന്റെ അർത്ഥമില്ലായ്മയെ തിരിച്ചറിയുന്നു. ജാമ്യത്തിലിറങ്ങിയതിനുശേഷം ഭീതിയോടെ ഒളിത്താവളങ്ങൾ മാറിമാറിക്കഴിയേണ്ടിവരുന്ന വേലായുധന് ജീവിതം കൂടുതൽ ദുഷ്കരവും ബാദ്ധ്യതയുമായി മാറുന്നു. 'ഒന്നും വേണ്ടായിരുന്നു' എന്നാണ് വേലായുധൻ വിലപിക്കുന്നതും. സഹോദരനെപ്പോലെ സ്നേഹിച്ച രാഘവനെ കൊലപ്പെടുത്തേണ്ടിവന്നത് സാഹചര്യങ്ങളുടെ സമ്മർദ്ദങ്ങളാലായിരുന്നു. സംഘടനാപരമായ തർക്കങ്ങളും അതിനുള്ള മറ്റൊരു കാരണമായിരുന്നു.

'ഇര'യുടെ ഭയമെന്ന വികാരം വേലായുധനെന്ന മനുഷ്യൻ അനുഭവിച്ചറിയുന്നുണ്ട്. ആദ്യത്തെ കൊലപാതകത്തിൽ തന്റെ സുഹൃത്തായിരുന്നു ഇരയെങ്കിൽ അടുത്ത ഇര താനാണെന്നു വേലായുധൻ മനസ്സിലാക്കുന്നു. ശത്രുക്കളുടെ അന്വേഷണങ്ങൾ, കൊലവിളികൾ, ആത്മസുഹൃത്തിനെ കൊലപ്പെടുത്തേണ്ടിവന്ന ആത്മസംഘർഷങ്ങൾ, പെറ്റമ്മയുടെയും പോറ്റമ്മയുടെയും നിലവിളികൾ എന്നിവയെല്ലാം വേലായുധനെ ഭ്രാന്തൻ മാനസികാവസ്ഥകളിലെത്തിക്കുന്നു. കൊല്ലപ്പെട്ടാലും സാരമില്ല. ഈ ഭ്രാന്തൻ അവസ്ഥകൾക്കൊരു അവസാനമുണ്ടാകുമല്ലോയെന്നു വിചാരിച്ചാണ് ഒളിയിടത്തിൽനിന്നും വേലായുധൻ പുറത്തുവരുന്നതും.

കൊല്ലപ്പെട്ട ആളുടെ അമ്മയും കൊല്ലപ്പെടാൻ പോകുന്ന ആളുടെ അമ്മയും അനുഭവിക്കുന്ന ഹൃദയവ്യഥകളെ അതിന്റെ തീവ്രതയിൽ തന്നെ *ശാന്തം* ആവിഷ്കരിക്കുന്നുണ്ട്. അകാലത്തിൽ പൊലിഞ്ഞുപോയ മകന്റെ നഷ്ടം നികത്തുവാൻ ഭൂമിയിൽ മറ്റൊന്നിനുമാകില്ലയെന്നു നാരായണി അറിയുന്നു. അതേസമയം കൊലയാളിയായ വേലായുധനോട് അന്ധമായ പക പുലർത്തുകയും ചെയ്യുന്നു. കാർത്ത്യാനിയമ്മ മകൻ കൊലയാളിയാണെന്നറിയുമ്പോഴും അവന്റെ ആയുസ്സിനുവേണ്ടി പ്രാർത്ഥിക്കുന്നു. മകനു കഴിക്കാനുള്ള പൊതിച്ചോറുമായി ഒളിത്താവളത്തിൽ ഭയപ്പാടോടെ എത്തുന്ന കാർത്ത്യായനിയമ്മയ്ക്ക് വേലായുധന്റെ നിലപാടുകളൊന്നും തിരിച്ചറിയാൻ കഴിയാതെ പോകുന്നു.

ഒരു കൊലപാതകത്തിന്റെ, ദുരന്തങ്ങളുടെ ഇരകളാണ് കാർത്ത്യായനിയും നാരായണിയും. വാർദ്ധക്യത്തിലെത്തിയെ അവരുടെ ആത്മസംഘർഷങ്ങൾ ഏതൊരാളെയും അസ്വസ്ഥപ്പെടുത്തുന്നതുമാണ്. ഇരകളുടെ ദൈന്യതകളെ ചിത്രീകരിക്കുന്നതിൽ *ശാന്തം* പൂർണ്ണമായ അർത്ഥത്തിൽ വിജയിച്ച ചിത്രം കൂടിയാണ്.

വിപ്ലവത്തിന്റെ അർത്ഥാന്തരങ്ങൾ

മലയാള സിനിമ വിപ്ലവകാരികളുടെ ജീവിതങ്ങളെ അവതരിപ്പിക്കുകയും വിലയിരുത്താൻ ശ്രമിക്കുകയും ചെയ്തിട്ടുണ്ട്. അവ പലപ്പോഴും കാല്പനികതയുടെ കടുംവർണ്ണത്തിലുള്ള ആവിഷ്കാരങ്ങളുമായിരുന്നു. വിപ്ലവകാരികൾ തങ്ങളുടെ ജീവിതത്തിന്റെ അവസാനപാദങ്ങളിൽ ആത്മീയതയുടെ പാതയിൽ എത്തിച്ചേരുന്നുവെന്ന പൊതുബോധത്തെ

പിൻപറ്റുവാൻ *ശാന്തം* ശ്രമിക്കുന്നു. കോളേജ് അദ്ധ്യാപകനിൽനിന്നും വിപ്ലവകാരിയും തുടർന്ന് ആത്മീയപ്രചാരകനുമായി മാറുന്ന കഥാപാത്രം 'ലോകാസമസ്താ സുഖിനോ ഭവന്തു' എന്നാണ് ഭജിക്കുന്നത്. പ്രത്യേകിച്ചൊരു പേരിലും അറിയപ്പെടാനാഗ്രഹിക്കാത്ത അദ്ദേഹം തന്റെ പേര് മറ്റുള്ളവരിൽനിന്നും മറച്ചു പിടിക്കുന്നു. അക്രമത്തിന്റെ കാഹളത്തിനു പകരം സമാധാനത്തിന്റെ ശാന്തിദ്യൂതാണ് മുഴങ്ങേണ്ടത് എന്ന് അദ്ദേഹം ഓർമ്മപ്പെടുത്തുന്നു. തന്റെ ജീവിതം പരാജയപ്പെട്ടുപോയതിന്റെ അടിസ്ഥാനത്തിൽ എല്ലാ വിപ്ലവങ്ങളും അർത്ഥശൂന്യമാണെന്നുള്ള നിലപാടു സ്വീകരിക്കുന്നതിൽ അനൗചിത്യമുണ്ട്. നിലനില്ക്കുന്ന വ്യവസ്ഥിതികൾക്കെതിരെയുള്ള പ്രതിഷേധങ്ങൾ ബഹുവിധ രൂപഭാവങ്ങളിൽ പ്രത്യക്ഷപ്പെടുന്നതിനെയാണ് വിപ്ലവം എന്നതുകൊണ്ടർത്ഥമാക്കുന്നത് ആത്യന്തികമായി അവ വിജയിച്ചോ പരാജയപ്പെട്ടോ എന്നതിനപ്പുറത്ത് ആ ഇടപെടലുകൾക്കാണ് പ്രസക്തി. അതുകൊണ്ടുതന്നെ വിപ്ലവങ്ങളെ തള്ളിപ്പറയുന്നതിൽ ഒരുതരം അർത്ഥശൂന്യത പ്രകടമാണ്. പേരില്ലാ കഥാപാത്രത്തിന്റെ നിലപാടുകളെ ബലപ്പെടുത്തുന്നതിന് വേലായുധന്റെ ജീവിതത്തെക്കൂടി *ശാന്തം* ഉപയോഗപ്പെടുത്തുന്നുണ്ട്.

അരാഷ്ട്രീയവല്ക്കരണങ്ങൾ - നിഗൂഢതന്ത്രങ്ങൾ

അക്രമരാഷ്ട്രീയത്തിന്റെ വൈരുദ്ധ്യങ്ങളെ പ്രത്യക്ഷതലത്തിൽ അപലപിക്കുന്നുവെന്ന നിലപാടു സ്വീകരിക്കുന്ന *ശാന്തം* യഥാർത്ഥത്തിൽ അരാഷ്ട്രീയവല്ക്കരണത്തിന്റെ പ്രതിലോമകരമായ ആശയങ്ങളെ പ്രേക്ഷകരിലേക്ക് സന്നിവേശിപ്പിക്കുന്നു. അക്രമ രാഷ്ട്രീയം എതിർക്കപ്പെടേണ്ടതും ഇല്ലായ്മ ചെയ്യപ്പെടേണ്ടതുമാണെന്ന യാഥാർത്ഥ്യം നിലനില്ക്കുമ്പോൾതന്നെ അതിന്റെ സാദ്ധ്യതകളും പോംവഴികളും ജാഗ്രതയോടുകൂടി അന്വേഷണവിധേയമാക്കേണ്ടതുണ്ട്. അക്രമ രാഷ്ട്രീയത്തിനു ബദലായി ഭക്തിമാർഗ്ഗത്തെയാണ് *ശാന്തം* ഉയർത്തിക്കാട്ടുന്നത്. ബോംബും തോക്കും ഉപേക്ഷിച്ച് ക്ഷേത്രപ്രസാദമായ അവിലും പഴവും കഴിച്ചാൽ എത്രയോ വലിയ ശാന്തിയും സമാധാനവുമാണ് ലഭിക്കുക എന്ന നിലപാടാണ് *ശാന്തം* സ്ഥാപിച്ചെടുക്കുന്നത്. പ്രത്യക്ഷത്തിൽ നിഷ്കളങ്കവും സദുദ്ദേശപരവുമായ നിലപാടാണിതെന്നു തോന്നുമെങ്കിലും അതിനപ്പുറത്ത് ഫ്യൂഡൽ വരേണ്യബോധങ്ങൾ സൃഷ്ടിച്ചെടുത്തിരുന്ന സങ്കുചിത നിലപാടുകളെ പുനഃസ്ഥാപിച്ചെടുക്കുന്നതിനുള്ള ബോധപൂർവ്വമുള്ള ശ്രമങ്ങളായി ഇതിനെ കാണേണ്ടിവരും.

സവർണ്ണ ഹൈന്ദവത പരിപാലിച്ചിരുന്ന ഫ്യൂഡൽ സംവിധാനങ്ങൾ എക്കാലത്തും ഉപരിവർഗ്ഗത്തിന്റെ സാമൂഹ്യ - സാംസ്കാരിക - സാമ്പത്തിക നിലകളെ ഉയർത്തിക്കൊണ്ടിരുന്നു. അതുകൊണ്ടുതന്നെ വരേണ്യബോധങ്ങൾക്കു പുറത്തുനില്ക്കുന്ന വലിയൊരു വിഭാഗം ആളുകൾ അരികുവല്ക്കരിക്കപ്പെട്ടിരുന്നു. കേരളത്തിന്റെയും ഇന്ത്യയെന്ന രാഷ്ട്രത്തിന്റെയും പുരോഗതിയെ വൈകിപ്പിക്കുന്നതിൽ ഫ്യൂഡൽ സംവിധാ

നങ്ങൾ നടത്തിയ ശ്രമങ്ങൾ ചെറുതല്ല. സവർണ്ണ ഹൈന്ദവതയുടെ ജന വിരുദ്ധ നിലപാടുകളെ പിന്തള്ളി സാധാരണ ജനങ്ങൾക്ക് പ്രതീക്ഷാവ ഹമായ ജീവിത പശ്ചാത്തലങ്ങൾ ഒരുക്കിക്കൊടുത്തത് കേരളീയ സമൂ ഹത്തിലെ രാഷ്ട്രീയ മുന്നേറ്റങ്ങളായിരുന്നു. ഇത്തരം ചരിത്ര സത്യ ങ്ങൾക്കുമുമ്പിൽ നില്ക്കുമ്പോൾ *ശാന്തം* അവതരിപ്പിക്കുന്ന രാഷ്ട്രീയ ത്തിന്റെ ബദൽ ഭക്തിയെന്ന മാർഗ്ഗം, മതാധിഷ്ഠിത മൂല്യസമ്പ്രദായങ്ങൾ എന്നിവയെ നിഷേധിക്കേണ്ടിവരും. കൊലപാതകരാഷ്ട്രീയം ഒട്ടനവധി തലമുറകളെ സ്വാധീനിക്കുമ്പോൾ ഹിന്ദുമതകേന്ദ്രീകൃതമായ സമ്പ്രദാ യങ്ങളിലൂടെ അതിനെ പ്രതിരോധിക്കുവാൻ നില്ക്കുന്നതിനേക്കാൾ നല്ലത് പുരോഗമനാത്മകമായ, ആദർശാധിഷ്ഠിതമായ മാനുഷികമൂല്യ ങ്ങൾ ഉയർത്തിപ്പിടിച്ചുകൊണ്ട് പ്രതിരോധിക്കുകയെന്നുള്ളതാണ്.

അടിസ്ഥാനവർഗ്ഗങ്ങളുടെ അവകാശ പോരാട്ടങ്ങൾക്കായി നിലകൊ ണ്ടിരുന്ന കമ്യൂണിസ്റ്റുപാർട്ടി പ്രവർത്തകരെ അസഹിഷ്ണുതയുള്ള വർഗ്ഗീയവാദികൾ ആശയസമരത്തിലൂടെ ജയിക്കാനാകില്ലെന്നു തിരിച്ച റിഞ്ഞ് ആയുധമെടുത്ത് ഉന്മൂലനം ചെയ്തയിടത്താണ് അക്രമ രാഷ്ട്രീയം ഉടലെടുത്തത്. പ്രാദേശികമായ പ്രശ്നങ്ങളെ വളർത്തി വലുതാക്കി അതിൽനിന്നും നേട്ടം കൊയ്യുവാൻ ശ്രമിക്കുന്ന പ്രസ്ഥാനമായിട്ടാണ് ഇടതുപ്രസ്ഥാനത്തെ *ശാന്തം* അവ തരിപ്പിച്ചിരിക്കുന്നത്. ദേശീയ - പ്രാദേശിക പ്രശ്നങ്ങളിലിടപെട്ട് സാധാരണ ജനങ്ങളുടെ ആവശ്യ ങ്ങൾ നിറവേറ്റിക്കൊടുത്ത പ്രസ്ഥാ നമാണ് ഇടതുപ്രസ്ഥാനമെന്ന യാഥാർത്ഥ്യത്തെ തമസ്കരിച്ചു കൊണ്ടാണ് *ശാന്തം* തീർത്തും വികലമായ ഇടതുവിരുദ്ധമായ ആശയത്തെ അവതരിപ്പിച്ചിരിക്കുന്ന ത്. ഇടതുപ്രസ്ഥാനത്തെ പ്രതിക്കൂ ട്ടിൽ നിർത്തുന്ന *ശാന്തം* വർഗ്ഗീയ ധ്രുവീകരണങ്ങൾ സൃഷ്ടിച്ച് കൊലപാതക പരമ്പരകൾ സൃഷ്ടി ക്കുന്ന ആർ എസ് എസ് ഉൾപ്പെ ടെയുള്ള ഫാസിസ്റ്റു സംഘടനകളെ ചോദ്യം ചെയ്യുന്നില്ലെന്നു മാത്രമല്ല അവയുടെ നിലപാടുകളെ അനുകൂലിക്കുകയും ചെയ്യുന്നു. ഭക്തിയും ഈശ്വരധ്യാനവും ശാന്തിക്കുള്ള ഉത്തമമാർഗ്ഗമാണെന്ന നിലപാട് സ്വീക രിക്കുന്ന *ശാന്തം* വർഗ്ഗീയ ഫാസിസ്റ്റു സംഘടനകളുടെ നിഗൂഢവും പ്രത്യ ക്ഷവുമായ താല്പര്യങ്ങളെ അതിതീവ്രമായ തലത്തിൽതന്നെ സ്വീകരി

ജയരാജ്

ക്കുന്നു. രാഷ്ട്രീയത്തിനു ബദലായി ഹൈന്ദവതയെ ഉയർത്തിക്കാണിക്കുമ്പോൾ ക്രിസ്ത്യൻ - ഇസ്ലാം മതവിശ്വാസികൾ ഉൾപ്പെടുന്ന വലിയൊരു വിഭാഗം ജനങ്ങളുടെ നിലപാടുകൾ എന്തായിരിക്കുമെന്ന ചോദ്യം ഉയർന്നു വരുന്നുണ്ട്.

കൊലപാതക രാഷ്ട്രീയത്തിനുള്ള പോംവഴി ആദ്ധ്യാത്മികതയല്ല. ഇന്ത്യൻ സമൂഹത്തിലെ ആദ്ധ്യാത്മികത വ്യാജമാണെന്നു ചരിത്രം നമ്മുടെ മുമ്പിൽ തെളിയിച്ചിട്ടുണ്ട്. ആശയങ്ങളെ ആശയങ്ങൾകൊണ്ടു പ്രതിരോധിക്കുകയെന്ന ഉത്തമമായ മാർഗ്ഗം മുമ്പിൽ നില്ക്കുമ്പോൾ അത് സ്വീകരിക്കുന്നതാണ് കൊലപതകങ്ങൾ അവസാനിപ്പിക്കുന്നതിനുള്ള പോംവഴി. നിർഭാഗ്യവശാൽ *ശാന്തം* അത്തരമൊരു ആശയം പ്രേക്ഷകനോടു പങ്കുവെക്കുന്നില്ല.

ശുഭപ്രതീക്ഷയുടെ കാത്തിരിപ്പുകൾ

പരുക്കൻ ജീവിതയാഥാർത്ഥ്യങ്ങളിലൂടെ സഞ്ചരിക്കുന്ന *ശാന്തം* അസ്വസ്ഥജനകമായൊരു ചലച്ചിത്രമായല്ല അവസാനിക്കുന്നത്. മറിച്ച് ശുഭപ്രതീക്ഷകളുടെ കാത്തിരിപ്പുകളെ ചേർത്തുവെച്ചുകൊണ്ടാണ്. ഏതൊരു യുദ്ധത്തിനുമൊരു നീതിശാസ്ത്രമുണ്ടാകുമെന്ന നിലപാടു പോലെ രാഷ്ട്രീയവൈരങ്ങൾക്കും അനുബന്ധകൊലപാതങ്ങൾക്കും ന്യായീകരണങ്ങളില്ല. അകാരണമായി, അപ്രതീക്ഷിതമായി മകനെ കൊന്ന വേലായുധനോടു ക്ഷമിക്കുവാൻ നാരായണി തയ്യാറാവുന്നു. ഒരു കൊലപാതകത്തിലുള്ള പരിഹാരം അടുത്ത കൊലപാതകമല്ലെന്നു തിരിച്ചറിയുന്ന നാരായണി തന്റെ വിധി ഇനിയൊരമ്മയ്ക്കും ഉണ്ടാവരുതേയെന്ന് പ്രാർത്ഥനയിലാണ് വേലായുധനോടു ക്ഷമിക്കുന്നതും. ഭൂമിയിൽ എല്ലാം ക്ഷമിക്കുവാനും സഹിക്കുവാനും കഴിയുന്നത് 'അമ്മ'യ്ക്കു മാത്രമാണ്. അവരുടെ ക്ഷമയും സഹനവുമാണ് മനുഷ്യവംശത്തെത്തന്നെ നിലനിർത്തിയതും. എല്ലാമക്കളും ജീവനോടെയിരിക്കുവാൻ, നന്നായി ജീവിക്കണമെന്നാഗ്രഹിക്കുവാൻ അമ്മമാർക്കുമാത്രമേ കഴിയൂ. ക്ഷമയുടെയും ത്യാഗത്തിന്റെയും ആത്മസമർപ്പണത്തിന്റേയും പാതയിലൂടെ നീങ്ങുന്ന നാരായണി കുടിപ്പകയുടെ കൊലക്കത്തികളുമായി നില്ക്കുന്നവരുടെ മുമ്പിൽ ശാന്തിയുടേയും സമാധാനത്തിന്റേയും കാവലാളായി മാറുന്നു. വ്യക്തിവിദ്വേഷങ്ങളില്ലാത്ത നവസാമൂഹ്യനിർമ്മിതിക്കു പ്രേരിപ്പിക്കുന്ന ഘടകമായി നാരായണിയുടെ നിലപാടുകൾ മാറുന്നതാണ് *ശാന്തം* നല്കുന്ന മികച്ച സന്ദേശം.

മഴപെയ്തു നനഞ്ഞ, ചാറ്റൽമഴ ചെയ്യുന്ന പശ്ചാത്തലത്തിലാണ് നാരായണിയുടെ വേദനകൾ പ്രേക്ഷകരുടെ മുമ്പിലെത്തുന്നത്. കൺമുമ്പിൽ വെട്ടേറ്റു പിടഞ്ഞുമരിച്ച മകന്റെ ആത്മാവിനെങ്കിലും മോക്ഷം ലഭിക്കണമെന്നു കരുതി ബലിയിടാനെത്തുന്ന അമ്മയുടെ ഹൃദയവ്യഥകളെ കെ പി എ സി ലളിത അതിന്റെ ഭാവതീവ്രതകളിൽത്തന്നെയവതരിപ്പിച്ചു. ശാന്തത്തിലൂടെ മികച്ച സഹനടിക്കുള്ള ദേശീയ പുരസ്കാരം

കെ പി എ സി ലളിതയ്ക്കു ലഭിക്കുകയും ചെയ്തു. കുറഞ്ഞ മുതൽ മുടക്കിൽ അതിവേഗത്തിൽ പൂർത്തിയാക്കിയ ചിത്രമെന്ന നേട്ടം *ശാന്ത*ത്തിനുണ്ട്. പന്ത്രണ്ടു ദിവസംകൊണ്ടു ചിത്രീകരണം പൂർത്തിയാക്കിയ ചിത്രത്തിൽ പതിനെട്ടു റോൾ ഫിലിമേ ഉപയോഗിച്ചിരുന്നുള്ളുയെന്നതും പ്രകൃതിദത്തമായ വെളിച്ചത്തെ മാത്രം ഉപയോഗിച്ചിരുന്നുള്ളുയെന്നതും *ശാന്ത*ത്തിന്റെ അപൂർവ്വ നേട്ടങ്ങളാണ്.

ഇരുപത്തി മൂന്നാമത് ഫ്രഞ്ച് ഫിലിം ഫെസ്റ്റിവലിൽ പ്രദർശിപ്പിക്കപ്പെട്ട *ശാന്ത*ത്തിലൂടെ ഛായാഗ്രാഹകൻ രവിവർമ്മൻ ഏറ്റവും നല്ല ഛായാഗ്രാഹകനുള്ള പുരസ്കാരവും നേടി.

പുലിജന്മം (2006)

ബാനർ	-	അമ്മ ഫിലിംസ്
തിരക്കഥ	-	എൻ പ്രഭാകരൻ, എൻ ശശിധരൻ
സംവിധാനം	-	പ്രിയനന്ദനൻ
നിർമ്മാണം	-	എം ജി വിജയൻ
ഛായാഗ്രഹണം	-	കെ ജി ജയൻ
ചിത്രസംയോജനം	-	വേണുഗോപാൽ
സംഗീതം	-	കൈതപ്രം വിശ്വനാഥൻ
അഭിനേതാക്കൾ	-	മുരളി, സിന്ധുമേനോൻ, സംവൃതാസുനിൽ, വിനീത് കുമാർ

എൻ പ്രഭാകരന്റെ *പുലിജന്മ*മെന്ന നാടകത്തിന്റെ ചലച്ചിത്രരൂപമായ *പുലിജന്മം* പ്രകാശനെന്ന ഗ്രാമീണന്റെ ജീവിതത്തിലൂടെയുള്ള യാത്രയാണ്. വടക്കൻ കേരളത്തിൽ പ്രചാരത്തിലുള്ള പുലിമറഞ്ഞ തൊണ്ടച്ചൻ എന്ന പുരാവൃത്തത്തെ സമർത്ഥമായ രീതിയിൽ ചിത്രത്തിൽ സന്നിവേശിപ്പിച്ചിരിക്കുന്നു. കൃഷിപ്പണിയും സാമൂഹ്യപ്രവർത്തനവും നാടകപ്രവർത്തനവും നടത്തിവരുന്ന പ്രകാശൻ എൻ പ്രഭാകരന്റെ *പുലിജന്മം* നാടകത്തെ അവതരിപ്പിക്കുവാൻ ലക്ഷ്യമിടുന്നു. നാടകനടിയായി എത്തുന്ന ഷഹനാസിനോട് പ്രകാശനുണ്ടാകുന്ന അടുപ്പം അയാളുടെ ജീവിതത്തെ മാറ്റിമറിക്കുന്നു നാട്ടിലുണ്ടാകുന്ന വർഗ്ഗീയലഹളയിൽ സുഹൃത്തുക്കളും നാട്ടുകാരും പ്രകാശന്റെ ഷഹനാസിനോടുള്ള ബന്ധമാണ് വർഗ്ഗീയപ്രശ്നത്തിനടിസ്ഥാനമെന്നു പറഞ്ഞ് കുറ്റപ്പെടുത്തുകയും ഒറ്റപ്പെടുത്തുകയും ചെയ്യുന്നു. പരിഭ്രാന്തനായ പ്രകാശൻ ഷഹനാസിനെ തേടിയെത്തുന്നുവെങ്കിലും വർഗ്ഗീയലഹളയുടെ ഭയത്തിൽ ഷഹനാസ്

പ്രകാശനെ കൈവിട്ടുകളയുന്നു. പുലിമറ തൊണ്ടച്ചനു സമാനമായ അനുഭവങ്ങൾ തന്നെയാണ് സ്വന്തം ജീവിതത്തിൽ പ്രകാശനും സംഭവിക്കുന്നത്.

സാമൂഹ്യപ്രതിബദ്ധതയെ ഓർമ്മപ്പെടുത്തുമ്പോൾ

പുതിയകാലത്തിന്റെ മാറ്റങ്ങളെ ജീവിതത്തിൽ സ്വാംശീകരിച്ച്, സ്വാർത്ഥതയുടെ തുരുത്തുകളിലേക്കു കയറിക്കൂടുന്ന വ്യക്തികളിൽ നിന്നു വ്യതിരിക്തനായ പ്രകാശൻ കേരളത്തിന്റെ സാംസ്കാരിക രാഷ്ട്രീയ ചരിത്രത്തെക്കുറിച്ചു വ്യക്തമായ ധാരണയുള്ള വ്യക്തിയാണ്. തെങ്ങിൽനിന്നു വീഴുന്ന ദിനേശന്റെ ആശുപത്രി കാര്യങ്ങൾ നടത്തുവാനും ബാലേട്ടന്റെ വീടിന്റെ ജപ്തി നടപടികൾ നിർത്തിവെപ്പിക്കുവാനും മുന്നിട്ടു നില്ക്കുന്ന പ്രകാശൻ ഇനിയും കേരളത്തിൽ അന്യമായിട്ടില്ലാ

മുരളി - പുലിജന്മം സിനിമയിൽ

ത്ത, ലാഭനഷ്ടങ്ങൾ നോക്കാതെ സാമൂഹ്യസേവനം നടത്തുന്ന വ്യക്തികളിൽ ചിലരുടെ പ്രതീകമാണ്. കാഞ്ഞിരന്റെ മൃതദേഹം സ്വന്തം പറമ്പിൽ ദഹിപ്പിച്ചാൽ അയൽക്കാരുടെ ആരോഗ്യത്തിനു പ്രശ്നങ്ങളുണ്ടാകുമെന്നു ബോദ്ധ്യപ്പെടുന്ന പ്രകാശൻ ശവം പഞ്ചായത്ത് ശ്മശാനത്തിൽ ദഹിപ്പിക്കുവാൻ തീരുമാനിക്കുന്നത് ഹിന്ദുക്കളെയും നാടകനടി ഷഹനാസിനോട് അടുപ്പം പുലർത്തുന്നത് മുസ്ലീങ്ങളെയും പ്രകോപിപ്പിക്കുന്നു. ജനാധിപത്യമതേതരത്വമെന്നു പറയപ്പെടുന്ന നാട്ടിൽ ജാതി-മത

വർഗ്ഗീയകലാപത്തിന്റെയടിസ്ഥാനത്തിൽ സുഹൃത്തുക്കളായ ശ്യാം, വിനോദ്, അഷ്റഫ്, സന്തോഷ് തുടങ്ങിയവർ പ്രകാശനുമായുള്ള സൗഹൃദങ്ങളവസാനിപ്പിച്ച് തങ്ങളുടെ ജാതി-മത സ്വത്വബോധങ്ങളിലേക്കു മടങ്ങുന്നു. വർഗ്ഗീയതയ്ക്കെതിരായി സ്വതന്ത്ര നിലപാടുകൾ സ്വീകരിക്കുന്ന പ്രകാശനെ ഒരു ഗ്രാമം ഒന്നടങ്കം കുറ്റപ്പെടുത്തുമ്പോൾ പ്രകാശൻ തളർന്നു വീഴുന്നു.

സാമൂഹ്യപുരോഗതിക്കുവേണ്ടി പ്രവർത്തിച്ചവർ, അക്രമത്തിനും അനീതിക്കുമെതിരെ സധൈര്യം പ്രവർത്തിച്ചവർ ഒക്കെയും സമൂഹത്തിൽ പരാജയങ്ങളേറ്റുവാങ്ങിയിട്ടുണ്ട്. പക്ഷേ, ഇത്തരത്തിൽ പരാജയപ്പെട്ടവരുടെ ചില ഇടപെടലുകളാണ് ഇപ്പോഴും കേരളീയ സമൂഹത്തെ നിലനിറുത്തുന്നതെന്ന് ചരിത്രം നമ്മളെ ബോദ്ധ്യപ്പെടുത്തുന്നുണ്ട്. പ്രകാശന്റെ ജീവിതം അയാളുടെ പരാജയങ്ങളുടെ ആകത്തുകയായിരുന്നു. സഹോദരിയുടെ തിരോധാനം, നാട്ടുകാരുടെ തിരസ്കാരങ്ങൾ, ഷഹനാസിന്റെ ഒഴിവാക്കലുകൾ എല്ലാംകൂടി ചേർന്ന ദുരന്തം പ്രകാശനെ മറ്റൊരവസ്ഥയിലാക്കുന്നു. സ്വന്തം പ്രവൃത്തികൾ മറ്റുള്ളവരെ ബോദ്ധ്യപ്പെടുത്തുവാൻ കഴിയാതെ പരാജയപ്പെടുന്ന ഒട്ടനവധി സാധാരണക്കാരെ പ്രകാശനിൽ കണ്ടെത്തുവാൻ കഴിയും.

ചലച്ചിത്രത്തിന്റെ രാഷ്ട്രീയം

കമ്യൂണിസ്റ്റുകാരനായ പ്രിയനന്ദനൻ തന്റെ ശക്തമായ രാഷ്ട്രീയ നിലപാടുകളെ ചലച്ചിത്രത്തിലൂടെയവതരിപ്പിക്കുവാൻ മടികാട്ടാത്ത വ്യക്തിത്വമാണ്. ആദ്യചിത്രമായ *നെയ്ത്തുകാരനി*ലൂടെ കമ്യൂണിസ്റ്റ് പ്രസ്ഥാനത്തിന്റെ പ്രാധാന്യത്തെ ഓർമ്മപ്പെടുത്തിയ പ്രിയനന്ദനൻ അരാഷ്ട്രീയവല്ക്കരിക്കപ്പെടുന്ന സമൂഹത്തെക്കുറിച്ചുള്ള ആശങ്കകളും പങ്കുവെക്കുന്നുണ്ട്. *പുലിജന്മ*ത്തിലെത്തുമ്പോൾ കമ്യൂണിസ്റ്റുപാർട്ടിയുടെ പ്രത്യയശാസ്ത്ര വ്യതിയാനങ്ങളെ സൂക്ഷ്മദൃഷ്ടിയോടുകൂടി അവതരിപ്പിക്കുന്നു. പുഴയോരം ഹിമാമി ഹോട്ടൽ ഗ്രൂപ്പിനു വില്ക്കുമ്പോൾ പ്രതിഷേധിക്കാത്ത പാർട്ടി, പ്രതിഷേധസ്വരമുയർത്തുന്ന പ്രകാശനെപ്പോലുള്ളവരെ സംഘടനാശക്തിയിലൂടെ നിശ്ശബ്ദരാക്കി മാറ്റുന്നു. പ്രകൃതിക്കും മനുഷ്യനും വേണ്ടി നിന്നിട്ടുള്ള സാധാരണക്കാരന്റെ പാർട്ടി ആഗോളവല്ക്കരണ കാലത്ത് കുത്തകമുതലാളിവർഗ്ഗത്തിന്റെ പങ്കാളികളായി മാറുന്നതിനെ *പുലിജന്മം* വിമർശനവിധേയമാക്കുന്നുണ്ട്. അത്തരമൊരു വിമർശനം പാർട്ടി സംവിധാനങ്ങളെ അസ്ഥിരപ്പെടുത്തുന്നതിനല്ല അതിനപ്പുറം പാർട്ടിയുടെ നിലപാടുകളെ പുനഃപരിശോധനയ്ക്കു വിധേയമാക്കുന്നതിനു വേണ്ടിയുള്ളതായിരുന്നു.

പുതിയ കാലത്തിന്റെ രാഷ്ട്രീയ നിലപാടുകളെ അതിസമർത്ഥമായി *പുലിജന്മ*ത്തിൽ വിമർശനവിധേയമാക്കുന്നുണ്ട്. കവലയിൽ പുതിയതായി പ്രത്യക്ഷപ്പെടുന്ന ശ്രീസംഘ് പൂജാ സ്റ്റോർ, പുഴക്കടവിൽ പ്രത്യക്ഷപ്പെടുന്ന മുസ്ലീം വേഷധാരികൾ എന്നിവ സ്വതന്ത്രമായൊരു ഗ്രാമീണ സമൂ

പ്രിയനന്ദനൻ

ഹത്തെ സങ്കുചിത മത-രാഷ്ട്രീയ നിലപാടുകൾക്കുള്ളിലേക്കു വിഘടിപ്പിച്ചു അണിചേർക്കുന്നതിനു വേണ്ടിയുള്ളതായിരുന്നു. ഹിന്ദു/മുസ്ലീം വർഗ്ഗീയ വാദങ്ങൾ പ്രാർത്ഥനാകേന്ദ്രങ്ങളായും കച്ചവട സ്ഥാപനങ്ങളായും, സന്നദ്ധ, സേവന സംഘങ്ങളായും കേരളീയ സമൂഹത്തിനുള്ളിലേക്ക് അള്ളിപ്പിടിച്ചു കയറുന്നതിന്റെ നിഗൂഢ ലക്ഷ്യങ്ങളിലേക്കുള്ള വെളിച്ചം വീശുവാനുള്ള ശ്രമങ്ങളാണ് *പുലിജന്മ*ത്തിലൂടെ പ്രിയനന്ദനൻ നിർവ്വഹിക്കുന്നത്. അതുവഴി ഇത്തരം വർഗ്ഗീയതാ ഉല്പന്നസ്ഥാപനങ്ങളെ പുറംതള്ളേണ്ടതിന്റെ ആവശ്യകതയെക്കൂടി ബോധിപ്പിക്കുന്നു. ആത്മീയത കമ്പോളസാദ്ധ്യതയുള്ള ഇടമായി തിരിച്ചറിഞ്ഞവർ യോഗയായും ആർട്ട് ഓഫ് ലിവിങ് ആയുമൊക്കെ സാമാന്യ ജനസമൂഹത്തെ തങ്ങളുടെ നെറ്റ്‌വർക്കിൽ പങ്കാളികളാക്കി മാറ്റുന്നുണ്ട്. അവയിൽ പലതും ലൈംഗിക വിപണിയുടെ, അവയവ കച്ചവടത്തിന്റെ ശ്രേണികളിലേക്കും ചെന്നെത്താറുണ്ട്. കൗതുകത്തിൽനിന്ന് ഭ്രമത്തിലേക്കും അതിൽനിന്നും മാനസികാടിമത്തത്തിലേക്കും നയിക്കപ്പെടുന്നവർ അപകടകരമായ കെണികളിൽ പെട്ടുപോകുമെന്ന് പ്രകാശന്റെ സഹോദരി അനിലയുടെ തിരോധാനം വെളിപ്പെടുത്തുന്നു. ശ്വസനാഭ്യാസത്തിനു നേതൃത്വം കൊടുക്കുന്ന 'ഊർദ്ധ്വ'യുടെ മേധാവികളുടെ ഗുണ്ടായിസം അവരുടെ അപകടകരമായ രാഷ്ട്രീയത്തെ പ്രതിഫലിപ്പിക്കുന്നു.

സമകാലിക കേരളത്തിന്റെ പ്രക്ഷുബ്ദ്ധമായ സ്ഥിതിവിശേഷത്തെ അർത്ഥവത്തായി വിശകലന വിധേയമാക്കുന്ന പ്രിയനന്ദനന്റെ ചിത്രം

ഗൗരവത്തായൊരു ജാഗ്രത മനുഷ്യനനിവാര്യമാണെന്നു സൂചിപ്പിക്കുന്നു. ഒരു വ്യക്തി പുരോഗമനപരതയുടെ പ്രയോക്താവായി നിലകൊള്ളുമ്പോൾതന്നെ യാഥാസ്ഥിതികതയുടെ അടിത്തട്ടിലേക്കു മാറുക, പ്രകടമായ രാഷ്ട്രീയ നിലപാടുകൾ ഉള്ളപ്പോൾത്തന്നെ അരാഷ്ട്രീയമായ നിലപാടുകളിലേക്കു മാറുക എന്നീ കാഴ്ചകൾ നവോത്ഥാനമൂല്യങ്ങൾ സ്വീകരിച്ച്, പങ്കുവെച്ച് വളർന്നുവന്ന കേരളീയസമൂഹത്തിന്റെ നിലനില്പുകളെത്തന്നെ ചോദ്യം ചെയ്യുന്നവയാണ്. പ്രകാശന്റെ നിലപാടുകളെ പിന്തുണച്ചിരുന്നവർ പ്രതിലോമരാഷ്ട്രീയത്തിന്റെ പ്രയോക്താക്കളായി മാറുമ്പോൾ മാനവികതയിലൂന്നിക്കൊണ്ടുള്ള സമൂഹത്തിന്റെ പുരോഗതിയാണ് ഇല്ലായ്മചെയ്യപ്പെടുന്നത്.

മിത്തും മലയാളസിനിമയും

ആചാരവിശ്വാസങ്ങളെ, പുരാവൃത്തങ്ങളെ ചലച്ചിത്രത്തിൽ സന്നിവേശിപ്പിക്കുന്നത് പുതിയൊരു കാര്യമല്ല. *ചെമ്മീനിൽ* ജീവിതവൃത്തിയുമായി ചേർന്നുള്ള ഒരു വിശ്വാസത്തെയാണ് അവതരിപ്പിച്ചതെങ്കിൽ *പുലിജന്മ*ത്തിൽ പഴയ പുരാവൃത്തത്തെ പുതിയ കാലവുമായി ഉൾച്ചേർത്തിരിക്കുന്നു. വടക്കൻ കേരളത്തിലെ നാടോടി മിത്തായ പുലിമറഞ്ഞ തൊണ്ടച്ചൻ പുരാവൃത്തത്തെ വർത്തമാനകാല കേരളീയാവസ്ഥകളിലേക്ക് ചിത്രം സന്നിവേശിപ്പിക്കുന്നു.

പതിനെട്ടുകളരിയിലും പഠിച്ച് എഴുത്തിനും പൊയ്ത്തിനും മന്ത്രത്തിനും ഗുരുക്കളായ കാരിഗുരിക്കൾ വാഴുന്നോരുടെ ഭ്രാന്തുമാറ്റുന്നതിനു നിയോഗിക്കപ്പെടുന്നു. പുലി പാതാളത്തിൽപ്പോയി പുലിവേഷം മറഞ്ഞ് പുലിജഡയും പുലിവാലും കൊണ്ടുവന്ന് വാഴുന്നോരെയും നാടിനേയും ഉഴിയണം. അധികാരിവർഗ്ഗത്തിന്റെ നിലപാടുകളിലെ ചതിയറിയുന്ന പൊട്ടനും കുറത്തിയുമെല്ലാം വഴിതടയുന്നുവെങ്കിലും ഗുരിക്കൾ തന്റെ യാത്രയിൽ നിന്നു പിന്മാറുവാൻ തയ്യാറല്ലായിരുന്നു. പുലിയൂരുകുന്നിൽ പോയി തിരിച്ചുവരുന്ന ഗുരിക്കളുടെ മുഖത്ത് അരിക്കാടിവെള്ളമൊഴിച്ച് അടിമാച്ചില് കൊണ്ട് അടിച്ചാലേ പഴയ മനുഷ്യരൂപം കിട്ടുകയുള്ളൂ എന്നുപറഞ്ഞ് വെള്ളച്ചിയെ ബോദ്ധ്യപ്പെടുത്തിയിരുന്നെങ്കിലും പുലിരൂപം കണ്ട് വെള്ളച്ചി ഭയന്നോടുന്നു. മനുഷ്യരൂപത്തിലാകുവാൻ കഴിയാത്ത കാരിഗുരിക്കൾ പുലിയുടെ രൂപത്തിൽ അലഞ്ഞു തിരിയുന്നു.

പുലിജന്മമെടുത്ത് കീഴാളസമൂഹത്തിന്റെ മോചനത്തെ ലക്ഷ്യമിടുന്ന കാരിഗുരുക്കൾക്ക് തന്റെ ലക്ഷ്യം പൂർത്തീകരിക്കുവാൻ കഴിയുന്നില്ല. പ്രകാശൻ കാരിഗുരിക്കളുടെ വഴിയേ സഞ്ചരിച്ചുകൊണ്ട് നാടിന്റെ മാറ്റങ്ങളെ ലക്ഷ്യം വയ്ക്കുന്നു. ജാതിമതാതീതമായ കാഴ്ചപ്പാടുകൾക്കും മനുഷ്യബന്ധങ്ങൾക്കും പ്രാധാന്യം കല്പിക്കുന്ന പ്രകാശന്റെ നിലപാടുകൾ ചോദ്യം ചെയ്യപ്പെടുകയും വർഗ്ഗീയകലാപത്തെത്തുടർന്ന് സുഹൃത്തുക്കൾ പ്രകാശനെ ഒറ്റപ്പെടുത്തുകയും ചെയ്യുന്നു. കാരിഗുരിക്കൾ സ്വന്തം രൂപം തിരിച്ചുകിട്ടുന്നതിനായി വെള്ളച്ചിയുടെ മുമ്പിലെത്തുന്നു

വെങ്കിലും പുലിരൂപം കണ്ടു ഭയന്ന് വെള്ളച്ചി പിന്മാറുന്നു. വർഗ്ഗീയ ലഹളയെത്തുടർന്നുള്ള പ്രശ്നങ്ങളിൽ മാനസിക സംഘർഷങ്ങൾക്കടിമയായ പ്രകാശൻ ഷഹനാസിനെത്തേടിയെത്തുന്നുവെങ്കിലും ഭയം മൂലം ഷഹനാസ് പിൻമാറുന്നു. കാരിഗുരിക്കളുടെ നിലവിളിയും ചലനങ്ങളും പ്രകാശൻ ഏറ്റുവാങ്ങുന്നു. രാഷ്ട്രീയാധികാരത്തിന്റെ ഗൂഢതന്ത്രങ്ങളിൽ പരാജിതരായി മാറുന്ന നിരവധി മനുഷ്യരുടെ പ്രതിരൂപമായി പ്രകാശൻ മാറുന്നു. പ്രകാശന്റെ ദുരന്തത്തെ കാരിഗുരിക്കളുടെ പുരാവൃത്തപാഠവുമായുള്ള സാദൃശ്യങ്ങൾ ഒട്ടനവധി വ്യാഖ്യാന സാദ്ധ്യതകൾ പ്രേക്ഷകനു നല്കിക്കൊണ്ടാണ് *പുലിജന്മം* അവസാനിക്കുന്നത്.

കുട്ടിസ്രാങ്ക് (2009)

തിരക്കഥ	-	പി എഫ് മാത്യൂസ്, ഹരികൃഷ്ണൻ
സംവിധാനം	-	ഷാജി എൻ കരുൺ
നിർമ്മാണം	-	റിലയൻസ് ബിഗ് എന്റർടെയ്മെന്റ്
ഛായാഗ്രഹണം	-	അഞ്ജലി ശുക്ല
ചിത്രസംയോജനം	-	ശ്രീകർ പ്രസാദ്
സംഗീതം	-	ഐസക്ക് തോമസ്
അഭിനേതാക്കൾ	-	മമ്മൂട്ടി, പത്മപ്രിയ, കമാലിനി മുഖർജി, സുരേഷ്കൃഷ്ണ, സിദ്ദിഖ്, സജിത്ത്, ശ്രീകുമാർ

2009 ൽ മലയാളത്തിനു ദേശീയപുരസ്കാരം നേടിക്കൊടുത്ത *കുട്ടി സ്രാങ്ക്* ഷാജി എൻ കരുൺ ചിത്രമാണ്. *കുട്ടിസ്രാങ്കി*ന്റെ കഥയാരംഭിക്കുന്നത് അയാളുടെ കത്തിക്കരിഞ്ഞ മൃതദേഹത്തിന്റെ കാഴ്ചയിൽ നിന്നാണ്. മൃതദേഹം തിരിച്ചറിയാനെത്തിയ മൂന്നു സ്ത്രീകൾ-രേവമ്മ (പത്മപ്രിയ), പെമ്മേണ (കമാലിനി മുഖർജി), കാളി (മീനാകുമാരി) എന്നിവരുടെ ഓർമ്മകളിലൂടെയാണ് *കുട്ടിസ്രാങ്കി*ന്റെ കഥ വികസിക്കുന്നത്. നാടോ വീടോ, ജാതിയോ, മതമോ ഇല്ലാതെ ബോട്ട് ഓടിച്ച് ദേശം ചുറ്റുന്ന സ്രാങ്കിനെ സംബന്ധിച്ചുള്ള ദുരൂഹതകൾ മൂന്നു സ്ത്രീകളുടെ കഥാവിവരണത്തിലൂടെ വെളിവാക്കപ്പെടുന്നു. കരയ്ക്കടിഞ്ഞ അജ്ഞാത ജഡത്തെ തിരിച്ചറിയുവാൻ ആദ്യമെത്തുന്നത് നാട്ടുമൂപ്പന്റെ മകളായ രേവമ്മയാണ്. അമ്മയുടെ മരണത്തോടെ ശ്രീലങ്കയിൽ പോയി മെഡിക്കൽ വിദ്യാഭ്യാസം തേടി, ബുദ്ധമതം സ്വീകരിച്ച് നാട്ടിൽ തിരിച്ചെത്തുന്ന രേവമ്മയ്ക്ക് സ്വന്തം അമ്മയെ കൊന്ന പിതാവിനോട് വെറുപ്പായിരുന്നു.

കുട്ടിസ്രാങ്ക് സിനിമയിൽ മമ്മൂട്ടി, കമാലിനി മുഖർജി

പിതാവിന്റെ പടനായകനായ കുട്ടിസ്രാങ്കിനെയും രേവമ്മ വെറുക്കുന്നുവെങ്കിലും ഒരു ദുരന്തത്തിൽനിന്നും അവളെ രക്ഷപ്പെടുത്തുമ്പോൾ അയാളിലെ നന്മ അവൾ തിരിച്ചറിയുന്നു. സ്നേഹിച്ചു തുടങ്ങുമ്പോൾ അപ്രത്യക്ഷനാകുന്ന സ്രാങ്കിനെ പിന്നീടു രേവമ്മ കാണുന്നത് കത്തിക്കരിഞ്ഞ മൃതദേഹമായാണ്.

പെമ്മേണ പറയുന്ന രണ്ടാം കഥയുടെ പശ്ചാത്തലം കൊച്ചിയിലെ ലാറ്റിൻകത്തോലിക്കൻ ജീവിതമാണ്. ക്രിസ്ത്യൻ സമുദായത്തിന്റെ വിശിഷ്ടകലാരൂപമായ ചവിട്ടുനാടകത്തെ അവതരിപ്പിച്ചിരിക്കുന്ന ഈ കഥാഭാഗത്തിൽ കുട്ടിസ്രാങ്ക് ചവിട്ടുനാടകത്തിലെ നായകവേഷം അവതരിപ്പിക്കുന്നു. നാടകത്തിന്റെ ആശാനായ ലോനയ്ക്ക് പ്രിയപ്പെട്ടവനായ സ്രാങ്കിനെ പെമ്മേണ പ്രണയിക്കുന്നു. ലേനയാശാൻ ചതിയിൽ കൊല്ലപ്പെടുന്നതിനെത്തുടർന്ന് കുട്ടിസ്രാങ്കിനെ അവിടെനിന്നും കാണാതാകുന്നു. സ്രാങ്കിന്റെ ജിവിതത്തിലെ മൂന്നാമത്തെ കഥാഭാഗം പറയുന്നത് ഓണാട്ടുകരയിലെ അന്ധവിശ്വാസങ്ങളുടെ ഇരയായ കാളിയാണ്. അവളെ നാട്ടുകാർ ദുശ്ശകുനമായിട്ടാണ് കാണുന്നത്. ഊമയായതിനാൽ തന്നെക്കുറിച്ചുള്ള അപവാദങ്ങൾക്ക് മറുപടി പറയുവാൻ കാളിക്ക് കഴിഞ്ഞിരുന്നില്ല. അതുകൊണ്ടുതന്നെ ഈ വാദങ്ങൾ എല്ലാം യാഥാർത്ഥ്യമാണെന്നു നാട്ടുകാർ വിശ്വസിക്കുന്നു. ഒരിക്കൽ പാമ്പുകടിയേറ്റ് മരണാ

സന്നനായി കിടക്കുന്ന സ്രാങ്കിനെ കാളിരക്ഷപ്പെടുത്തുകയും അതുവഴി ഇരുവരും അടുപ്പത്തിലാവുകയും ഒരുമിച്ചു ജീവിക്കുകയും ചെയ്യുന്നു. സ്രാങ്കിന്റെ ജഡം കാണുമ്പോൾ ഇതു തന്റെ ഭർത്താവായ കുട്ടിസ്രാങ്ക് അല്ലായെന്ന് കാളി ഉറപ്പിച്ചു പറയുന്നു.

വ്യത്യസ്തമായ ചലച്ചിത്രപാഠം

കെട്ടുകാഴ്ചകളിൽനിന്നും മാറി ജീവിതത്തെ തൊട്ടുനില്ക്കുന്ന ചിത്രമായ *കുട്ടിസ്രാങ്ക്* ആയിരത്തിതൊള്ളായിരത്തി അൻപതുകളുടെ പശ്ചാത്തലമാണ് ചലച്ചിത്രാഖ്യാനത്തിൽ സ്വീകരിച്ചിരിക്കുന്നത്. ബോട്ട് ഓടിക്കുന്ന ആളുടെ വിളിപ്പേരായ 'സ്രാങ്ക്' പതിഞ്ഞുകിട്ടിയ കുട്ടിസ്രാങ്ക് വെള്ളത്തിന്റെ ഒഴുക്കുപോലെ ഓരോ കരയിൽ നിന്നും സഞ്ചരിച്ചു കൊണ്ടിരിക്കുന്നു. ഒന്നിനെപ്പറ്റിയും ആശങ്കകളില്ലാത്ത കുട്ടിസ്രാങ്കിനു സ്വന്തം വേരുകളെപ്പറ്റി യാതൊരുധാരണകളുമില്ല. സ്രാങ്ക് ബോട്ട് അടുപ്പിക്കുന്ന ഓരോ കരയിലും ഓരോ സ്ത്രീകൾ സ്രാങ്കിന്റെ ജീവിതത്തിലേക്കു കടന്നുവരികയും വിമോചകൻ, പ്രണയിതാവ്, സംരക്ഷകൻ എന്നീ നിലകളിലുള്ള ഉത്തരവാദിത്വങ്ങൾ അയാൾക്ക് ഏറ്റെടുക്കേണ്ടിവരികയും ചെയ്യുന്നുണ്ട്. മൂന്നു പശ്ചാത്തലങ്ങളിൽ നിന്നുകൊണ്ട് മൂന്നു സ്ത്രീകൾ വ്യത്യസ്തമായ മൂന്ന് ഋതുക്കളിലൂടെയാണ് കുട്ടിസ്രാങ്കിനെപ്പറ്റി വിവരിക്കുന്നത്. രേവമ്മ, പെമ്മേണ, കാളി എന്നീ സ്ത്രീകളുടെ ജീവിതത്തെ വിവരിക്കുന്നതിൽ മഴ, മഞ്ഞ്, വേനൽ എന്നീ ഋതുക്കൾക്ക് നിർണ്ണായക പങ്കുണ്ട്.

കുട്ടിസ്രാങ്കിനോടൊപ്പം ചിത്രത്തിൽ പ്രാധാന്യമർഹിക്കുന്ന മൂന്ന് സ്ത്രീ കഥാപാത്രങ്ങളും വ്യത്യസ്ത സംസ്കാരങ്ങളുടെ പ്രതിനിധികളാണ്. അച്ഛന്റെ കൊലപാതകങ്ങൾ കണ്ട് ബുദ്ധമതത്തിൽ അഭയം പ്രാപിച്ച രേവമ്മ അക്രമത്തെയും ഹിംസയേയും നിശിതമായി വിമർശിക്കുന്നു. ക്രിസ്തുമത വിശ്വാസത്തിന്റെ ഭാഗമായ പെമ്മേണ പൗരോഹിത്യത്തിന്റെ വിലക്കുകളെ തിരസ്കരിക്കുന്ന സ്ത്രീകഥാപാത്രമാണ്. സ്ത്രീകൾ നാടകം കളിക്കുവാൻ പാടില്ലെന്ന പുരോഹിതന്റെ കല്പനയെ നിഷേധിച്ചുകൊണ്ട് പെമ്മേണ ചവിട്ടുനാടകത്തിലെ നായികാവേഷം അവതരിപ്പിക്കുന്നുണ്ട്. ജാതി മത സ്ഥാപനങ്ങൾ വ്യവച്ഛേദിച്ചറിയുവാൻ കഴിയാത്ത കുട്ടിസ്രാങ്കിനെ അവൾ പ്രണയിക്കുകയും ചെയ്യുന്നു. അന്ധവിശ്വാസങ്ങളും അനാചാരങ്ങളും നിറഞ്ഞു നില്ക്കുന്ന ഒരു നാട്ടിലെ അപശകുനമായ, ബലിക്കായി ഉഴിഞ്ഞുവെയ്ക്കപ്പെട്ട കാളി സംഘടിതമായ ആക്രമണങ്ങളെ പ്രതിരോധിക്കുവാൻ കഴിയാതെ ദുർബ്ബലയായി നില്ക്കേണ്ടിവരുന്ന സ്ത്രീയാണ്. തന്റെ ശബ്ദമില്ലായ്മയെ പൊതുസമൂഹം അനാചാരങ്ങളുടെ സ്ഥാപനത്തിനായി ഉപയോഗിക്കുന്നത് കാളി തിരിച്ചറിയുന്നുണ്ട്.

കുട്ടിസ്രാങ്ക് മുമ്പോട്ടുവെക്കുന്ന ചരിത്രപരമായ വസ്തുതകൾ കേരളീയ സമൂഹത്തിന്റെ ചരിത്രയാഥാർത്ഥ്യങ്ങളെക്കൂടിയവതരിപ്പിക്കുന്നു.

അംബേദ്കർ ബുദ്ധിസ്റ്റായി പരിവർത്തനം ചെയ്യപ്പെട്ട അൻപതുകളുടെ പശ്ചാത്തലത്തിൽ സൃഷ്ടിക്കപ്പെട്ട *കുട്ടിസ്രാങ്ക്* ബുദ്ധമതത്തിന്റെ വളർച്ച രേഖപ്പെടുത്തുന്നു. ക്രിസ്തുമതവിഭാഗത്തിന്റെ കലാരൂപമായ ചവിട്ടുനാടകത്തിന്റെ വ്യാപനത്തെ ആവിഷ്കരിക്കുന്ന *കുട്ടിസ്രാങ്ക്* ഒരു കലാരൂപമെന്ന നിലയിൽ ചവിട്ടുനാടകം നേരിടേണ്ടിവന്ന പ്രതിസന്ധികളെക്കൂടി സൂചിപ്പിക്കുന്നു. ഹൈന്ദവസമൂഹത്തിനു സ്വന്തമായി കഥകളിയുണ്ടായിരുന്നപ്പോൾ തങ്ങൾക്കുമൊരു കലാരൂപം വേണമെന്ന ക്രൈസ്തവ സമൂഹത്തിന്റെ ആവശ്യകതയുടെ അടിസ്ഥാനത്തിൽ രൂപപ്പെട്ട ചവിട്ടുനാടകം രണ്ടുംമൂന്നും ദിവസങ്ങൾ നീണ്ടു നില്ക്കുന്ന കഥകൾ അവതരിപ്പിച്ചു. കഥകളിയിലെപ്പോലെ സ്ത്രീകളുടെ വേഷം പുരുഷന്മാർ ചവിട്ടുനാടകത്തിലും അവതരിപ്പിച്ചിരുന്നുവെങ്കിലും ഒരു ഘട്ടത്തിൽ സ്ത്രീകൾ അരങ്ങത്തു വരികയുണ്ടായി. കലാരംഗം സ്ത്രീകൾക്ക് നിഷിദ്ധമണ്ഡലമായി പ്രഖ്യാപിച്ച പുരോഹിതവർഗ്ഗം സ്ത്രീകൾ അരങ്ങത്തു വരുന്നത് എതിർത്തിരുന്നതിനെ *കുട്ടിസ്രാങ്ക്* അവതരിപ്പിക്കുന്നുണ്ട്.

സിനിമയെ സംബന്ധിച്ചിടത്തോളം പ്രാധാന്യമർഹിക്കുന്ന കാലം, പശ്ചാത്തലം, ഘടന എന്നിവയെ സംബന്ധിച്ചുള്ള വ്യവസ്ഥാപിത ധാരണകളെ അകറ്റി നിറുത്തിക്കൊണ്ടാണ് *കുട്ടിസ്രാങ്ക്* അതിന്റെ ആഖ്യാനം നിർവ്വഹിച്ചിരിക്കുന്നത്. ബോട്ടു ഡ്രൈവറായ സ്രാങ്കിനെ ചുറ്റിപ്പറ്റിയുള്ള സ്ഥലകാല സൂചനകൾ പലതും യാഥാർത്ഥ്യത്തിനും അയഥാർത്ഥ്യത്തിനും ഇടയിലൂടെ കടന്നുപോകുന്നവയാണ്. ബുദ്ധമതം, ക്രിസ്തുമതം, ഹിന്ദുമതം തുടങ്ങിയവയുടെ പശ്ചാത്തലത്തിലൂടെ കേരളീയ സമൂഹത്തിന്റെ വ്യത്യസ്ത കാഴ്ചകൾ അവതരിപ്പിക്കുന്ന *കുട്ടിസ്രാങ്കിൽ* അവയിലൂടെ കടന്നുപോകുന്ന, ജാതിയും മതവുമില്ലാത്ത സ്രാങ്കിലൂടെ ജാതി-മതാതീതമായ മനുഷ്യത്വത്തെ വെളിപ്പെടുത്തുവാൻ ചിത്രം ശ്രമിക്കുന്നുണ്ട്. തികച്ചും നൂതനമായ പരീക്ഷണങ്ങൾ നടത്തിയ *കുട്ടിസ്രാങ്കിൽ* ഒരു ജനതയുടെ അഭിമാനമായിരുന്ന ചവിട്ടുനാടകമെന്ന കലാരൂപത്തെ വിശദമായി മലയാളി സമൂഹത്തിനുവേണ്ടി പരിചയപ്പെടുത്തുന്നുണ്ട്. മലയാളിക്കന്യമായിത്തുടങ്ങിയ യഥാർത്ഥ നാട്ടുഭാഷകളെ സത്യസന്ധമായ രീതിയിൽ അവതരിപ്പിക്കുവാനും *കുട്ടിസ്രാങ്കി*നു കഴിഞ്ഞിട്ടുണ്ട്. കുട്ടിസ്രാങ്കിന്റെ ഒന്നാംഭാഗത്തിൽ മലബാറിലെ നാട്ടുഭാഷയുടെ ശക്തിയും സൗന്ദര്യവും രണ്ടാംഭാഗത്തിൽ കൊച്ചിയിലെ തീരദേശമേഖലയുടെ ഭാഷയും നിറഞ്ഞു നില്ക്കുന്നു.

മാജിക്കൽ റിയലിസ്റ്റിക് ചിത്രം

മൂന്നു കാലഘട്ടത്തിലൂടെ മൂന്നു സ്ത്രീകളിലൂടെ കഥ പറയുന്ന *കുട്ടിസ്രാങ്ക്* 'മാജിക്കൽറിയലിസം' എന്ന സങ്കേതത്തെ തന്ത്രപരമായി മലയാള സിനിമയിൽ ഉപയോഗിച്ചു. സാഹിത്യത്തിൽ ഉപയോഗിക്കപ്പെട്ടിട്ടുള്ള മാജിക്കൽറിയലിസത്തെ ലോകസിനിമ ഒരു പുതിയ കലാതന്ത്രമെന്ന നിലയിൽ സ്വീകരിച്ചിട്ടുണ്ട്. *കുട്ടിസ്രാങ്കി*നെ സംബന്ധിച്ചിടത്തോളം

ഇന്ത്യൻ സിനിമയിലേക്കുള്ള ബോധപൂർവ്വമായ ഒരു ഇടപെടൽ എന്ന നിലയിലാണ് മാജിക്കൽ റിയലിസം കടന്നുവരുന്നത്.

സർഗ്ഗാത്മക രചനയിലെ ഒരു നവ്യ സങ്കേതമായ മാജിക്കൽറിയലിസം (Magical Realism) എന്ന സംജ്ഞയെ അവതരിപ്പിച്ചത് ഫ്രാൻസ് റോഹ് ആണ്. അർജന്റീനിയൻ സാഹിത്യകാരനായ ബോർഹസിന്റെ *Historia Universal dela Infamia* (1935) യാണ് മാജിക്കൽറിയലിസത്തിന്റെ സ്വാധീനശക്തി പ്രകടമാകുന്ന പ്രഥമകൃതി. ആധുനിക സാഹിത്യത്തിൽ മാജിക്കൽറിയലിസത്തിന്റെ പ്രചാരകൻ കാഫ്കയായിരിക്കുമ്പോൾ ഗബ്രിയ ഗാർഷ്യമാർകസിനെപ്പോലുള്ള ലാറ്റിനമേരിക്കൻ സാഹിത്യപ്രതിഭകൾ മാജിക്കൽറിയലിസത്തിന്റെ വശ്യസൗന്ദര്യം ലോകത്തിനു കാട്ടിക്കൊടുത്തു. 'മാന്ത്രിക തഥ്യാവാദം' എന്നു വിശേഷിപ്പിക്കപ്പെടുന്ന മാജിക്കൽറിയലിസം ഭ്രമാത്മകതയുടെയും യാഥാർത്ഥ്യത്തിന്റെയും സമ്മിശ്രണമാണ്. അത്ഭുതവും ആഘാതവും ഉളവാക്കുന്ന കഥന സമ്പ്രദായമുള്ള മാജിക്കൽറിയലിസത്തിൽ യക്ഷിക്കഥകളും സ്വപ്നങ്ങളും പുരാവൃത്തങ്ങളും ഇടകലർന്നുള്ള ആഖ്യാനരീതിയും പ്രകടമാണ്.

കുട്ടിസ്രാങ്കിൽ സംവിധായകൻ ഷാജി എൻ കരുൺ സ്വീകരിച്ച പ്രമേയപരമായ വ്യത്യസ്തതയെ ബലപ്പെടുത്തുന്നത് മാജിക്കൽ റിയലിയസത്തിന്റെ സാന്നിദ്ധ്യമാണ്. *കുട്ടിസ്രാങ്ക്* എന്ന വ്യക്തിയുടെ ജീവിതത്തിലൂടെ യാത്രചെയ്യുന്ന പ്രേക്ഷകർ സ്രാങ്ക് ആരായിരുന്നു അല്ലെങ്കിൽ എന്തായിരുന്നു എന്ന് കൃത്യമായി നിർവ്വചിക്കുവാൻ കഴിയാത്ത വിധം യാഥാർത്ഥ്യവും ഭാവനയും ഇടകലർന്നു കിടക്കുന്നു. സ്രാങ്കിന്റെ മരണം സങ്കീർണ്ണമായ അർത്ഥതലങ്ങളെ തേടുന്നതിനുള്ള ഒരു സാദ്ധ്യതയായി അവതരിപ്പിക്കുന്ന ചിത്രത്തിൽ ആദ്യരംഗത്തു നാം കാണുന്നത് കാറ്റും കോളും നിറഞ്ഞ അന്തരീക്ഷത്തിൽ രാജകീയ വേഷത്തിൽ കടൽത്തീരത്തേക്കു നടന്നുവരുന്ന *കുട്ടിസ്രാങ്കിനെയാണ്*. തൊട്ടടുത്ത ദൃശ്യം കടൽത്തീരത്തടിഞ്ഞ സ്രാങ്കിന്റെ മൃതശരീരമാണ്. പൊലീസ് സ്റ്റേഷനിലെ ചാവുപുരയിൽ സൂക്ഷിക്കപ്പെട്ടിട്ടുള്ള സ്രാങ്കിന്റെ മൃതദേഹം അയാളുടെ തന്നെയാണോ? അയാൾ കൊല്ലപ്പെട്ടതാണോ? അതോ അപകടത്തിൽ മരിച്ചതോ? ആത്മഹത്യ ചെയ്തതോ എന്നിങ്ങനെയുള്ള ചോദ്യങ്ങൾ തേടി നീങ്ങുന്ന ചിത്രത്തിൽ രേവമ്മ, പെമ്മേണ, കാളി എന്നീ സ്ത്രീകൾ കുട്ടിസ്രാങ്ക് ആരാണ് അല്ലെങ്കിൽ അവർക്ക് ആരായിരുന്നു എന്നുള്ള ഉത്തരം നല്കുന്നു. അവയൊന്നും പൂർണ്ണതയുള്ള ഉത്തരമായി മാറുന്നുമില്ല.

നാട്ടുമൂപ്പന്റെ മകൾ രേവമ്മ പറയുന്ന കഥയിൽ കുട്ടിസ്രാങ്ക് മൂപ്പന്റെ വിശ്വസ്തനനായ ഭൃത്യനാണെങ്കിൽ പെമ്മേണ പറയുന്ന രണ്ടാം കഥയിൽ സ്രാങ്ക് ബോട്ട് ഡ്രൈവറും ദൈവ നിഷേധിയും നാടകകലാകാരനുമാണ്. കാളിപറയുന്ന കഥയിൽ ഊമയായ കാളിയുടെ സംരക്ഷകനാണ്. മൂന്നു സ്ത്രീകൾ, മൂന്നു കാലങ്ങൾ, മൂന്നു ഭൂപ്രദേശങ്ങൾ എന്നി

വയിലൂടെ സ്രാങ്കിന്റെ ഐഡന്റിറ്റി അനാവൃതമാകുന്നുവെങ്കിലും ആ വ്യക്തിയെ സംബന്ധിച്ചിടത്തോളം ദുരൂഹതകൾ അവശേഷിക്കുന്നു. ഒരു വ്യക്തിക്ക് മൂന്നു ദേശങ്ങളിൽ മൂന്നുകാലങ്ങളിൽ മൂന്ന് രൂപഭാവങ്ങളിൽ എത്തുവാൻ കഴിയുമോ എന്നുള്ള അന്വേഷണത്തിന് കഴിഞ്ഞേക്കാം എന്നുള്ള ഉത്തരം ചിത്രം നല്കുന്നുണ്ട്.

ബോട്ട് ഓടിക്കുന്ന സ്രാങ്കിന്റെ ജീവിതം എങ്ങോട്ടെന്നില്ലാതെയുള്ള വെള്ളത്തിന്റെ ഒഴുക്കുപോലെയായിരുന്നതിനാൽ അയാൾ ഏതു ദേശത്തും ഏതു കരയിലും ചെന്നെത്താവുന്നതാണ്. പൊലീസിനെ സംബന്ധിച്ചിടത്തോളം അജ്ഞാതമായ ഒരു മൃതദേഹം എന്നതിനപ്പുറം കുട്ടിസ്രാങ്കിനു പ്രത്യേകതകളില്ലാതിരിക്കുമ്പോൾ സ്രാങ്കിനെ അടുത്തറിഞ്ഞ മൂന്നു സ്ത്രീകളിൽ രണ്ടുപേർ സ്രാങ്കിന്റെ മരണത്തെ അംഗീകരിക്കുമ്പോൾ മൂന്നാമത്തെയാൾ സ്രാങ്കിന്റെ മരണത്തെ നിഷേധിക്കുന്നു. ഒരു കഥയെ കെട്ടുകഥയായി അവതരിപ്പിക്കുകയെന്നതല്ല മറിച്ച് കെട്ടുകഥയാണ് എന്ന തോന്നൽ ജനിപ്പിക്കുകയും അതല്ലാതിരിക്കുകയും ചെയ്യുന്ന ഒന്നിനെ ആവിഷ്കരിക്കുന്ന രീതിശാസ്ത്രമാണ് മാജിക്കൽ റിയലിസം പിന്തുടരുന്നത്. സംരക്ഷകൻ, ആരാധകൻ, വിമോചകൻ എന്നീ തലങ്ങളിലൂടെ സഞ്ചരിക്കുന്ന *കുട്ടിസ്രാങ്ക്* ഒടുവിൽ മൃതദേഹമായി മാറുന്നു. ചിത്രത്തിലെ ഒന്നാം ഖണ്ഡത്തിൽ നാട്ടുപ്രമാണിയുടെ വിശ്വസ്ത കിങ്കരനായ കുട്ടിസ്രാങ്കിന് ചോരയുടെ മണവും നനവും വിട്ടുമാറാത്ത ശരീരമാണുള്ളത്. വാതിൽപിടിയിൽ പ്രത്യക്ഷപ്പെടുന്ന രക്തത്തുള്ളികളും കൈയിലെ രക്തത്തിന്റെ പശിമയും മാജിക്കൽ റിയലിസമെന്ന സങ്കേതത്തെ ഓർമ്മപ്പെടുത്തുന്നു.

യാഥാർത്ഥ്യത്തിനും അയാഥാർത്ഥ്യത്തിനുമിടയിലുള്ള പ്രധാനരംഗങ്ങൾ കേന്ദ്രീകരിച്ചിരിക്കുന്നത് ചിത്രത്തിലെ പൊലീസ് സ്റ്റേഷനും പരിസരങ്ങളും പെമ്മേണയുടെ കഥാഖ്യാനത്തിലുമാണ്. സ്ഥലത്തെയും കാലത്തെയും കുറിച്ചുള്ള വ്യവസ്ഥാപിത ധാരണകളെ മാറ്റമറിക്കുന്ന ആഖ്യാനമാണ് മാജിക്കൽ റിയലിസത്തിലുള്ളത്. ചിത്രത്തിൽ പ്രത്യക്ഷപ്പെടുന്ന പൊലീസ്സ്റ്റേഷൻ തീർത്തും ഒറ്റപ്പെട്ട അവസ്ഥയിൽ ജീർണ്ണിച്ച പഴയമാതൃകയുടെ അവശിഷ്ടമായിട്ടാണ് നിലകൊള്ളുന്നത്. പഴയകാല പൊലീസ് സ്റ്റേഷനെ ഓർമ്മിപ്പിക്കുന്നുവെങ്കിലും ഇത്തരത്തിലൊരു പൊലീസ് സ്റ്റേഷൻ എവിടെയുമുണ്ടായിരിക്കില്ല എന്നുള്ള സൂചനയും കൂടി *കുട്ടിസ്രാങ്ക്* നല്കുന്നുണ്ട്. സ്റ്റേഷനു തൊട്ടടുത്തുള്ള ചാവുപുരയിലെ പൊട്ടിപ്പൊളിഞ്ഞ വഞ്ചിയിൽ കിടക്കുന്ന കുട്ടിസ്രാങ്കിന്റെ സ്വാഭാവിക മൃതദേഹത്തെയാണ് രേവമ്മ കാണുന്നതെങ്കിൽ തൊട്ടടുത്ത് കാണാനെത്തുന്ന പെമ്മേണയുടെ കാഴ്ചയിൽ സ്രാങ്കിന്റെ മൃതദേഹത്തിലും വഞ്ചിയിലും നിറയെ കൂണുകൾ മുളച്ചു നില്ക്കുകയും പെമ്മേണ അവ പറിച്ചുമാറ്റുകയും ചെയ്യുന്നുണ്ട്. ഇത്തരത്തിൽ യാഥാർത്ഥ്യത്തിനും അയാഥാർത്ഥ്യത്തിനുമിടയിൽ അരങ്ങേറുന്ന നിരവധി സംഭവങ്ങൾ *കുട്ടിസ്രാങ്ക്* പ്രേക്ഷകനുമുമ്പിൽ അവതരിപ്പിക്കുന്നുണ്ട്.

പെമ്മേണ പറയുന്ന കൊച്ചി പശ്ചാത്തലമായ കഥയിൽ വെള്ളത്താൽ ചുറ്റപ്പെട്ട തുരുത്തിലാണ് കഥയരങ്ങേറുന്നത്. തിണ്ണവരെ വെള്ളം നിറഞ്ഞുനില്ക്കുന്ന വീട്, വിസ്തൃതമായ പച്ചപ്പുള്ള തുരുത്ത് എന്നിവയെ കേന്ദ്രീകരിച്ചു നടക്കുന്ന നാടകീയ സംഭവങ്ങൾ അവയെ പുതിയൊരു പശ്ചാത്തലത്തിൽ പ്രതിഷ്ഠിക്കുകയും ആ പശ്ചാത്തലം യാഥാർത്ഥ്യം/അയാഥാർത്ഥ്യം എന്ന ആശങ്ക പ്രേക്ഷകരിൽ സൃഷ്ടിക്കുകയും ചെയ്യുന്നു.

പരിഹസിക്കപ്പെടുന്ന മത പൗരോഹിത്യങ്ങൾ

1950–55 കാലഘട്ടത്തെ പശ്ചാത്തലമാക്കി അവതരിപ്പിക്കപ്പെട്ട *കുട്ടിസ്രാങ്കിൽ* കുട്ടി മതമില്ലാത്ത ഒരു പച്ചയായ മനുഷ്യനായി നില്ക്കുന്നുവെങ്കിലും മത പൗരോഹിത്യത്തിന്റെ ചട്ടക്കൂടുകൾക്കുള്ളിലൂടെ കടന്നുപോകേണ്ടിവരുന്നു. അംബേദ്കർ ബുദ്ധിസ്റ്റായി പരിവർത്തനം ചെയ്ത അൻപതുകളുടെ പശ്ചാത്തലത്തിലൂടെ നീങ്ങുന്ന *കുട്ടിസ്രാങ്കി*ന്റെ ഒന്നാം ഖണ്ഡത്തിൽ കൊലയാളിയായ സ്രാങ്ക് സാധാരണ മനുഷ്യനായി പരിവർത്തിപ്പിക്കപ്പെടുന്നുണ്ട്. രേവമ്മയുടെ സാന്നിദ്ധ്യവും

കുട്ടിസ്രാങ്കിന്റെ ഛായാഗ്രഹണം നിർവഹിച്ച അഞ്ജലി ശുക്ല

അറിയാതെ ബുദ്ധസന്ന്യാസിയെ കൊന്നതിലുള്ള അപരാധവും സ്രാങ്കിനെ മാനസികപരിവർത്തനത്തിനു പ്രേരിപ്പിക്കുന്നത്. *കുട്ടിസ്രാങ്കി*ലെ രണ്ടാം ഖണ്ഡത്തിൽ ക്രൈസ്തവസഭയുടെ സങ്കുചിത നിലപാ

ടുകളെ വെല്ലുവിളിക്കുന്ന സന്ദർഭങ്ങൾ ലോനിയാശാനിലും സഹോദരി പെമ്മേണയിലുമായി ക്രമീകരിക്കപ്പെട്ടിട്ടുണ്ട്. ഹൈന്ദവർക്ക് ആസ്വദിക്കാൻ കഥകളിയെന്ന കലാരൂപമുള്ളപ്പോൾ ക്രൈസ്തവർക്കായി പ്രത്യേകിച്ചു കലകൾ ഒന്നുമില്ലായെന്ന സന്ദർഭത്തിലാണ് ചവിട്ടുനാടകം രൂപപ്പെടുന്നത്. യുദ്ധവീരന്മാരുടെ അത്ഭുതകഥകളെ ആവിഷ്കരിക്കുന്ന ചവിട്ടുനാടകത്തിൽ സ്ത്രീകഥാപാത്രങ്ങളെ പുരുഷന്മാർ സ്ത്രീവേഷംകെട്ടി അവതരിപ്പിക്കുകയായിരുന്നു പതിവ്. എന്നാൽ രംഗാവതരണത്തിനു സ്ത്രീകൾ തന്നെ രംഗത്തെത്തിയപ്പോൾ ക്രിസ്ത്യൻ സഭ അതിനെതിരായി നിലപാടു സ്വീകരിച്ചതിനെ *കുട്ടിസ്രാങ്ക്* ഓർമ്മപ്പെടുത്തുന്നു. ആവിഷ്കാര സ്വാതന്ത്ര്യത്തിനെതിരായി സഭയും പള്ളീലച്ചനും നില്ക്കുമ്പോൾ അതിനെ മറികടന്നു സ്ത്രീയെ തട്ടിൽ കയറ്റുവാൻ തയ്യാറാകുന്ന ലോനിയാശാൻ, കുമ്പസാരക്കൂട്ടിൽ പള്ളിവികാരി വ്യക്തിഹത്യ നടത്തുന്ന ചോദ്യങ്ങൾ ചോദിക്കുമ്പോൾ ധൈര്യപൂർവ്വം കുമ്പസാരക്കൂട്ടിൽനിന്നും ഇറങ്ങിവരുന്ന പെമ്മേണ എന്നിവർ മതപൗരോഹിത്യത്തിന്റെ സങ്കുചിത നിലപാടുകളെ വെല്ലുവിളിക്കുന്നു. ക്രിസ്ത്യൻ പൗരോഹിത്യത്തിന്റെയവസ്ഥ ഇതായിരുന്നുവെങ്കിൽ മൂന്നാം ഖണ്ഡത്തിൽ ഒരു നാടുമുഴുവൻ അന്ധവിശ്വാസങ്ങളുടെ പാതയിലൂടെ സഞ്ചരിച്ചുകൊണ്ട് സർവ്വദോഷങ്ങൾക്കും ഊമയായ കാളിയാണ് കാരണമെന്നു സ്ഥാപിച്ചെടുക്കുന്നു. കാളിയെ 'നരബലി' കൊടുക്കുമെന്നുള്ള സന്ദർഭത്തിൽ അവളെയുംകൊണ്ട് സ്രാങ്ക് പലായനം ചെയ്യുന്നു. മത പൗരോഹിത്യ വിശ്വാസങ്ങളുടെ കാപട്യങ്ങൾക്കിടയിലൂടെ സ്വന്തമായൊരു കിടപ്പാടമോ വിലാസമോ ജാതിമതാടിസ്ഥാനങ്ങളോ ഇല്ലാത്ത *കുട്ടിസ്രാങ്ക്* സഞ്ചരിക്കുന്നത് പുതിയൊരു മാനവികതയുടെ തുരുത്തിലേക്കാണ്. മത പൗരോഹിത്യങ്ങൾ കീഴ്പ്പെടുത്തുന്ന, ആധിപത്യം പുലർത്തുന്ന മനുഷ്യസമൂഹത്തിൽ മതവർഗ്ഗീയ വിദ്വേഷങ്ങളാൽ കലാപങ്ങൾ സൃഷ്ടിക്കുന്ന, പ്രതിലോമകരമായ രാഷ്ട്രീയ സംവിധാനങ്ങളിൽനിന്നും മതമില്ലാത്ത മനുഷ്യനായി ജീവിക്കേണ്ടതിന്റെ ആവശ്യകത കുട്ടിസ്രാങ്ക് ഉയർത്തിപ്പിടിക്കുന്നു.

ക്യാമറ വുമൺ മലയാള സിനിമയിൽ

*കുട്ടിസ്രാങ്കി*ന്റെ ഛായാഗ്രഹണം നിർവ്വഹിച്ചിരിക്കുന്നത് അഞ്ജലി ശുക്ലയാണ്. ലക്നൗവിൽ ജനിച്ചുവളർന്ന അഞ്ജലി ശുക്ല ഫിലിം ഇൻസ്റ്റിറ്റ്യൂട്ടിലെ പഠനത്തിനുശേഷം സന്തോഷ് ശിവന്റെ സഹായിയായി പ്രവർത്തിച്ചു. *അനന്തഭദ്ര*ത്തിൽ സന്തോഷ് ശിവന്റെയും *അച്ഛനുറങ്ങാത്ത വീട്ടിൽ* മനോജ്പിള്ളയുടെയും സഹായിയായി പ്രവർത്തിച്ച അഞ്ജലിയുടെ പ്രഥമ മലയാള ചലച്ചിത്രമായിരുന്നു *കുട്ടിസ്രാങ്ക്*. *കുട്ടിസ്രാങ്ക്* മലയാള സിനിമയുടെ ചരിത്രത്തിൽ ഇടം പിടിക്കുന്നത് ഷാജിയുടെ സംവിധാനമികവ്, മാജിക്കൽ റിയലിസത്തെ അവതരിപ്പിക്കുന്ന തിരക്കഥാരചനാതന്ത്രം, ചിത്രത്തിനു ലഭിച്ച ദേശീയ പുരസ്കാരങ്ങൾ എന്നിവയ്ക്കപ്പുറത്ത് ചിത്രത്തിന്റെ ക്യാമറ ചെയ്തയാളുടെ പ്രത്യേകതയാണ്.

*കുട്ടിസ്രാങ്കി*നുവേണ്ടി ക്യാമറ ചലിപ്പിച്ച അഞ്ജലി ശുക്ല മലയാള സിനിമയിലെ ആദ്യത്തെ വനിതാ സിനിമാട്ടോഗ്രാഫറാണ്. മലയാളത്തിൽ ആദ്യമായി സ്വതന്ത്ര ഛായാഗ്രഹണം നിർവ്വഹിച്ച *കുട്ടിസ്രാങ്കി*ലൂടെ മികച്ച ഛായാഗ്രഹണത്തിനുള്ള ദേശീയ പുരസ്കാരവും അവർ നേടി. “മൂന്നു സ്ത്രീകളാണ് ചിത്രത്തിലെ പ്രധാന കഥാപാത്രങ്ങൾ. അവരെ ഒരു പുരുഷൻ കാണുന്നതും സ്ത്രീ കാണുന്നതും തമ്മിൽ വ്യത്യാസമുണ്ട്. ഒരിക്കലും ഒരു പുരുഷന് ഒരു സ്ത്രീയെ പൂർണ്ണമായും നോക്കിക്കാണാനാവില്ല. ഒരു പെണ്ണ് മുടികെട്ടി വെക്കുന്നത് എങ്ങനെ ഒരു പുരുഷൻ മനസ്സിലാക്കും. അതുകൊണ്ടാണ് *കുട്ടിസ്രാങ്കി*ന്റെ ഛായാഗ്രഹണം ഒരു വനിതയെ ഏല്പിക്കുവാൻ തീരുമാനിച്ചത്” എന്ന് ഷാജി എൻ കരുൺ അഭിപ്രായപ്പെട്ടിരുന്നു. മൂന്ന് ഋതുക്കളിലൂടെ മൂന്നു സ്ത്രീകളുടെ അനുഭവത്തിലൂടെയുള്ള കാഴ്ചകളെ കൃത്രിമത്വങ്ങളില്ലാതെ അതിമനോഹരമായ ഫ്രെയ്മുകളിലൂടെ അഞ്ജലി അവതരിപ്പിച്ചു. പ്രകൃതിയുടെ സ്വാഭാവികമായ പരിണാമങ്ങൾക്കുവേണ്ടി കാത്തിരുന്ന് മഴയുടെയും മഞ്ഞിന്റെയും വേനലിന്റെയും കാലങ്ങളിൽ ദീർഘമായ സമയമെടുത്താണ് *കുട്ടിസ്രാങ്കി*ന്റെ ചിത്രീകരണം പൂർത്തിയാക്കിയത്. ചിത്രീകരണവേളയിൽ മഴയ്ക്കും മറ്റും കൃത്രിമ സംവിധാനങ്ങൾ ഉപയോഗിച്ചില്ലായെന്നതും ചിത്രത്തിന്റെ മേന്മ വർദ്ധിപ്പിക്കുകയുണ്ടായി.

ആദാമിന്റെ മകൻ അബു (2010)

രചന, സംവിധാനം	-	സലിം അഹമ്മദ്
നിർമ്മാണം	-	സലിം അഹമ്മദ് & അഷറഫ് ബേഡി
ഛായാഗ്രഹണം	-	മധു അമ്പാട്ട്
ചിത്രസംയോജനം	-	വിജയ് ശങ്കർ
ഗാനരചന	-	റഫീക്ക് അഹമ്മദ്
സംഗീതം	-	രമേശ് നാരായണൻ
വിതരണം	-	അലൻസ് മീഡിയ & ലാഫിങ് വില്ല
അഭിനേതാക്കൾ	-	സലിംകുമാർ, സറീന വഹാബ്, നെടുമുടിവേണു, മുകേഷ് കലാഭവൻമണി, തമ്പി ആന്റണി, സുരാജ് വെഞ്ഞാറമൂട്, അംബിക മോഹൻ, ശശി കലിംഗ, എം ആർ ഗോപകുമാർ

കണ്ടംകുന്ന് ഗ്രാമത്തിൽ ജീവിക്കുന്ന അത്തറുവില്പനക്കാരനായ അബുവും അയിശുമ്മയുടെയും ജീവിതത്തിലൂടെ സഞ്ചരിക്കുന്ന ചിത്രമാണ് ആദാമിന്റെ മകൻ അബു. ഇരുവരും ഹജ്ജ് കർമ്മത്തിനു പോകുന്നതിനായി തങ്ങളുടെ ചെറിയ വരുമാനം സ്വരുക്കൂട്ടി വെക്കുന്നു. ഏകമകൻ സത്താർ വിവാഹത്തോടുകൂടി ഗൾഫിലേക്കു പോവുകയും മാതാപിതാക്കളെ അന്വേഷിക്കാതെയുമാകുന്നു. അക്ബർ ട്രാവൽസിന്റെ സഹായത്തോടെ പാസ്പോർട്ട് എടുക്കുന്ന അബുവും അയിശുമ്മയും പണം തികയാതെ വരുമ്പോൾ പശുവിനേയും കിടാവിനേയും പ്ലാവി

നേയും വില്ക്കുന്നു. പ്ലാവ് വെട്ടുമ്പോൾ അതിന്റെ ഉള്ളുപൊള്ളയാണെന്നറിയുന്ന ജോൺസൺ പറഞ്ഞതുക മുഴുവൻ അബുവിനു നല്കുന്നുവെങ്കിലും അബു അത് സ്നേഹത്തോടെ നിഷേധിക്കുന്നു. ഹജ്ജിന് കടം പറഞ്ഞുപോകാൻ വിശ്വാസം അനുവദിക്കാത്ത അബു പ്ലാവ് മുറിച്ചത് പടച്ചോന് ഇഷ്ടമായിട്ടുണ്ടാവില്ല എന്നു സമാധാനിക്കുന്നു. പഴയ പ്ലാവ് നിന്നിരുന്നയിടത്ത് കുഴികുത്തി ഒരു പ്ലാവിൻതൈ കുഴിച്ചുവെച്ച് അബു അതിനു വെള്ളം തളിക്കുന്നു. അടുത്ത ഹജ്ജിനു പോകാമെന്നുള്ള അബുവിന്റെ ശുഭപ്രതീക്ഷയിലാണ് *ആദാമിന്റെ മകൻ അബു* അവസാനിക്കുന്നത്.

'ബുദ്ധി ജീവി ജാഡകൾ' ഇല്ലാത്ത ചലച്ചിത്രം

ദൃശ്യ ശ്രാവ്യഘടകങ്ങളിലൂടെ പ്രേക്ഷകനുമായി അയത്ന ലളിതമായി സംവദിക്കുന്ന ചിത്രമായി മാറുവാൻ മലയാള ചലച്ചിത്ര മണ്ഡലത്തിലെ സമാന്തര ചലച്ചിത്രങ്ങൾക്കു കഴിയാതാവുകയോ ബൗദ്ധികവ്യായാമം ആവശ്യപ്പെടുന്ന തങ്ങളുടെ ചിത്രങ്ങൾ അതീവ ലളിതമായി പ്രേക്ഷകനോട് ഇടപെടുവാൻ പാടില്ലായെന്നു നിഷ്കർഷ പുലർത്തുന്ന സംവിധായകരുടെ കടുംപിടുത്തങ്ങളോ പുതുമയുള്ള കാഴ്ചയല്ല. ഉപരിതലത്തിലുള്ള ആഖ്യാനങ്ങളേക്കാളുപരി അന്തർലീനമായ ഘടകങ്ങളിലൂടെ നിരവധി സൈദ്ധാന്തിക വ്യാഖ്യാനങ്ങൾ ആവശ്യപ്പെടുന്ന സമാന്തര ചലച്ചിത്രങ്ങൾക്കിടയിൽ അതീവ ലളിതമായ ആഖ്യാനത്തിലൂടെ സലീം അഹമ്മദിന്റെ *ആദാമിന്റെ മകൻ അബു* വേറിട്ടുനില്ക്കുന്നു. ആത്യന്തികമായി ചിത്രം മുമ്പിലുള്ള പ്രേക്ഷകനോട് കമ്യൂണിക്കേറ്റ് ചെയ്ത് അവനൊരു അനുഭൂതി പ്രദാനം ചെയ്യുന്നിടത്താണ് ചിത്രത്തിന്റെ വിജയമെന്നുള്ളിടത്ത് *ആദാമിന്റെ മകൻ അബു* പൂർണ്ണതയുള്ള വിജയം നേടിയിരിക്കുന്നു. സലിം അഹമ്മദ് എന്ന സംവിധായകന്റെ പ്രഥമ ചിത്രം ഇന്ത്യയുടെ ഔദ്യോഗിക എൻട്രിയായി 2011 ലെ ഓസ്കാർ പുരസ്കാരത്തിനു നോമിനേറ്റു ചെയ്യപ്പെട്ടപ്പോൾ അക്കാദമിക്, ബുദ്ധിജീവി വ്യവഹാരങ്ങളെ മുന്നോട്ടുവെച്ചിരുന്ന സമാന്തരചലച്ചിത്രലോകത്തിന്റെ വ്യവസ്ഥാപിതമായ, കഥന സമ്പ്രദായങ്ങളാണ് നിരാകരിക്കപ്പെട്ടത്. അബു-അയിശുമ്മ ദമ്പതികളുടെ നന്മ നിറഞ്ഞ ജീവിതത്തിന്റെ ചെറിയൊരു ഏടുമാത്രം അവതരിപ്പിച്ച ചിത്രം ജീവിതത്തിന്റെ സങ്കീർണ്ണതകളേക്കാളുപരി പ്രത്യക്ഷതലത്തിൽ അവയുടെ നന്മകളെ മാത്രം അവതരിപ്പിച്ചു. നഷ്ടപ്പെട്ടുപോയ, ഗ്രാമീണ നന്മകളെ പുനർനിർമ്മിക്കുവാനുള്ള ശ്രമങ്ങൾ കൂടി ആദാമിന്റെ മകൻ അബുവിലുണ്ട്.

വാർദ്ധക്യത്തിന്റെ അതിജീവനങ്ങൾ

മലയാള സിനിമയിൽ അരികുവല്ക്കരിക്കപ്പെട്ട വൃദ്ധകഥാപാത്രങ്ങളെ മുൻനിറുത്തിയാണ് *ആദാമിന്റെ മകൻ അബു* അതിന്റെ ആഖ്യാനം നിർവ്വഹിച്ചിരിക്കുന്നത്. അത്തറും മതഗ്രന്ഥങ്ങളും വിറ്റ് ഉപ

ജീവനം നടത്തുന്ന അബുവും പശുവിനെ പോറ്റിവളർത്തി പാലു വില്ക്കുന്ന അയിശുമ്മയും മലബാർ മേഖലയിലെ സാധാരണക്കാരായ മുസ്ലീം ദമ്പതികളാണ്. ഇരുവരുടെയും ജീവിതത്തിലെ ആത്യന്തിക ലക്ഷ്യം ഹജ്ജ് തീർത്ഥാടനമാണ്. "മരിക്കുന്നേന് മുമ്പ് ആ പോരിശ യാക്കപ്പെട്ട മണ്ണിലൊന്ന് കാല് കുത്താ... മുത്ത് റസൂലിന്റെ റൗള കൺ നിറയെ ഒന്ന് കാണാ," തീവ്രമായ ഈ അഭിലാഷത്തെ സാധിച്ചെടുക്കു ന്നതിലേക്കായി ചില്ലറത്തുട്ടുകളും നോട്ടുകളും ശേഖരിച്ചു വയ്ക്കുന്ന അബു ബാങ്കിങ് സംവിധാനങ്ങൾ വരും മുമ്പുള്ള കാർന്നോന്മാരുടെ സമ്പാദ്യശീലത്തെ ഓർമ്മപ്പെടുത്തുന്നു. വാർദ്ധക്യത്തിലെത്തിയ അബു അയിശുമ്മ ദമ്പതികളെ/മാതാപിതാക്കളെ സംരക്ഷിക്കുവാനാരുമില്ലാത്ത സന്ദർഭത്തിലും ഇരുവരും അതിനെക്കുറിച്ച് വേവലാതിപ്പെടുന്നില്ല. വാർദ്ധ ക്യത്തിൽ താങ്ങും തണലുമാകേണ്ടുന്ന മകൻ സത്താർ വടകരയിലുള്ള കുടുംബത്തിലെ പെൺകുട്ടിയെ വിവാഹം കഴിച്ച് ഗൾഫിൽ ജീവിച്ചു കൊണ്ട് തന്റെ ഉത്തരവാദിത്വങ്ങളെ വിസ്മരിക്കുന്നു. സത്താറിന്റെ തിര സ്കാരത്തെ മനസ്സുകൊണ്ടംഗീകരിക്കുന്ന അബു തങ്ങളവന്റെ ഉപ്പയും ഉമ്മയുമാണെന്നു പറയുന്നത് കുറച്ചിലാണെന്നുള്ള യാഥാർത്ഥ്യം തിരി ച്ചറിഞ്ഞ വ്യക്തിയാണ്.

വാർദ്ധക്യത്തിലുപേക്ഷിക്കപ്പെടുന്ന മാതാപിതാക്കൾ കേരളീയ സമൂഹത്തിൽ പുതുമയില്ലാത്ത ഒന്നായി മാറിയിരിക്കുന്ന കാലത്താണ് അബുവിന്റെ ചിത്രം നിർമ്മിക്കപ്പെട്ടിരിക്കുന്നത്. പുതിയകാല സമൂഹ ത്തിന്റെ മാറ്റങ്ങളറിയാത്ത അബുവും അയിശയും അദ്ധ്വാനിച്ചു ജീവിതം നയിക്കുമ്പോൾ ആരെയും ആശ്രയിക്കാതെ കഴിയണമെന്ന ആഗ്രഹം മാത്രമേ പ്രകടിപ്പിക്കുന്നുള്ളു. ഉപ്പയെയും ഉമ്മയെയും മറന്ന് ഗൾഫിൽ കുടുംബത്തോടൊപ്പം കഴിയുന്ന മകൻ സത്താറിന്റെ അവഗണനകൾ, മക്കളെപ്പോലും ഒന്നു കാണുവാൻ സമ്മതിക്കാത്തത് എന്നിവയെല്ലാം ഉള്ളു നീറ്റുമ്പോൾ വിങ്ങുന്ന അയിഷയെ അബു സമാധാനിപ്പിക്കുന്നു ണ്ട്. തങ്ങളെ തിരസ്കരിച്ച മകനോടുള്ള പരിഹാസങ്ങൾ ട്രാവൽ ഏജൻസി ഓഫീസിൽവച്ചും മരക്കച്ചവടക്കാരൻ ജോൺസണിന്റെ മുമ്പിൽവെച്ചും പ്രകടിപ്പിക്കുന്നുണ്ട്. ട്രാവൽ ഏജൻസിയിലെ അഷ്റ ഫിന് മകൻ സത്താറിന്റെ ഛായയുണ്ടല്ലോയെന്നു ഐശുമ്മ പറയു മ്പോൾ "നിന്റെ ഓരോ തോന്നൽ ഒരു ഛായയുമില്ല. അഷ്റഫ് നല്ല വനാ" എന്നു പറയുന്നു അബു. ഹജ്ജ് യാത്രയ്ക്കു ധനസഹായം നല്കുവാൻ തയ്യാറായ ജോൺസനോട് സ്നേഹപൂർവ്വം സംസാരിക്കു മ്പോൾ ചില മക്കളുണ്ട് ഒരുപാടു വളർന്നു കഴിയുമ്പോഴായിരിക്കും നമ്മ ളറിയുക ഉള്ളു പൊള്ളയായിരുന്നെന്ന് എന്നുപറയുന്ന അബുവിലും സത്താറിനോടുള്ള പ്രതിഷേധങ്ങളുണ്ട്.

പ്രകടനപരതകളില്ലാത്ത അബു ഐശുമാരുടെ ഹൃദയ ബന്ധ ത്തിൽ പരസ്പരമുള്ള കരുതലുകളും കാരുണ്യവും ഇരുവരെയും ഉദാ ത്തമായൊരു തലത്തിലെത്തിക്കുന്നു. സാമ്പത്തിക പ്രതിസന്ധിക്കു നടു

വിൽ നില്ക്കുമ്പോൾ ഒരാൾക്കുപോവാനുള്ള കാശുണ്ടല്ലോ ഹജ്ജിനു പോകാമല്ലോ എന്ന് അബുവിനെ ഐശു നിർബ്ബന്ധിക്കുമ്പോൾ ഞാൻ മുത്തുനബിയുടെ റൗളാശരീഫിൽ നില്ക്കുന്നത് കിനാവുകണ്ടപ്പോഴൊക്കെ എന്റെ കൈയും പിടിച്ച് നീയുമുണ്ടായിരുന്നുവെന്ന് ഐശുവിനോടു തുറന്നു പറയുന്നു. വീടും പറമ്പും വിറ്റ് ഹജ്ജിനു പോകാമായിരുന്നുവെന്ന സാദ്ധ്യതയെ അബു തള്ളിക്കളയുന്നതിനു പിന്നിൽ അടിസ്ഥാനമായി പ്രവർത്തിക്കുന്നത് ഐശുവിനോടുള്ള കരുതലാണ്. മക്കയിൽ വെച്ചു തനിക്കെന്തെങ്കിലും സംഭവിച്ചുപോയാൽ മകനുപേക്ഷിച്ചുപോയ ഐശുവിനു കയറിക്കിടക്കുവാനൊരിടം വേണമെന്ന ചിന്തയാണ് പറമ്പുവില്പനയെന്ന ആലോചനയെ അബുവിന്റെ മനസ്സിൽ പ്രതിഷ്ഠിക്കാഞ്ഞത്. ഹജ്ജ്‌യാത്ര സാദ്ധ്യമാകില്ലെന്നറിഞ്ഞയുടൻതന്നെ വിറ്റ കന്നിനെയും കുട്ടിയെയും അബു തിരിച്ചെടുക്കുവാൻ തീരുമാനിക്കുന്നിടത്തും ഐശുവിനോടുള്ള കരുതലുകളുണ്ട്. അബു ദൂരെ ദേശത്തു കച്ചവടത്തിനു പോകുമ്പോൾ അവയായിരുന്നു ഐശുവിനു മിണ്ടിയും പറഞ്ഞുമിരിക്കാൻ ഒരുകൂട്ടെന്ന യാഥാർത്ഥ്യത്തെ അബു എപ്പോഴും ഓർമ്മിക്കുന്നുണ്ട്. വാർദ്ധക്യത്തിലെ ഒറ്റപ്പെടലുകളെയും പ്രതിസന്ധികളെയും പരസ്പരമുള്ള കരുതലുകളിലൂടെയും സ്നേഹങ്ങളിലൂടെയും അബുവും ഐശുവും അതിജീവിച്ചിക്കുന്നു. മലയാള സിനിമയുടെ ചരിത്രത്തിൽ വൃദ്ധ കഥാപാത്രങ്ങളെ കേന്ദ്രീകരിച്ചു നാമമാത്രമായ ചിത്രങ്ങളേ നിർമ്മിക്കപ്പെട്ടിട്ടുള്ളു. ആ ജനുസിൽ തിളക്കമുള്ള ഒരു ചിത്രം കൂടിയാണ് *ആദാമിന്റെ മകൻ അബു*.

നന്മയുടെ പാഠങ്ങൾ

മലയാള സിനിമയിൽ അന്യമായിത്തുടങ്ങുകയോ വിപണിവിജയത്തിന്റെ അനിവാര്യമായ ആവശ്യകതയെ മുൻനിറുത്തി കൃത്രിമച്ചുവയോടെ അല്പാല്പമായി വിളമ്പുകയോ ചെയ്യുന്ന 'നന്മ'യെ അതിന്റെ യഥാർത്ഥസത്തയിൽ അവതരിപ്പിക്കുവാൻ സലിം അഹമ്മദിനു കഴിഞ്ഞു. കാരക്കുണ്ട് ഗ്രാമനിവാസികൾ ആഗോളവല്കരണത്തിന്റെ ചൂണ്ടക്കൊളുത്തുകളിൽനിന്നും ഉത്തരാധുനികതയുടെ കെട്ടുകാഴ്ചകളിൽനിന്നും വിദൂരമല്ലാത്ത വിധത്തിൽ അകലം പാലിച്ചുനിന്നുകൊണ്ട് ഗ്രാമജീവിതത്തിന്റെ ഹൃദയനൈർമ്മല്യങ്ങളെ വെളിപ്പെടുത്തുന്നു. അബുവിന്റെ കുടനന്നാക്കലുകാരൻ സുഹൃത്ത്, ഗ്രാമവാസികളെ സ്നേഹിക്കുകയും സഹായിക്കുകയും ചെയ്യുന്ന സ്കൂൾ മാഷ്, ഗ്രാമത്തിലെ ബഹുജനകൂട്ടായ്മയ്ക്കുള്ള ഇടമായ ചായക്കടയിലെ ഹൈദർ, തടിക്കച്ചവടക്കാരൻ ജോൺസൺ എന്നിവരെല്ലാംതന്നെ കാപട്യമില്ലാത്ത ജീവിതത്തിന്റെ സദ്ഗുണങ്ങളെ പങ്കുവെയ്ക്കുന്നവരാണ്. ഇതുപോലെയൊരു ഗ്രാമം കേരളീയ സമൂഹത്തിൽ സാദ്ധ്യമാണോ എന്ന സന്ദേഹം പ്രകടിപ്പിക്കുന്നവർ കേരളത്തിന്റെ ഉൾനാടൻ ഗ്രാമപ്രദേശങ്ങളിലേക്കു സഞ്ചരിച്ചാൽ വളരെ സ്വാഭാവികമായി കാരക്കുണ്ട് പോലെയുള്ള ഗ്രാമങ്ങൾ ധാരാള

സലിം അഹമ്മദ്

മായി കണ്ടെത്തുവാൻ കഴിയുന്നതാണ്. പകയും വിദ്വേഷവും പുലർത്തുന്ന, മതതീവ്രവാദത്തിന്റെ, ആക്രമണോത്സുകരാഷ്ട്രീയത്തിന്റെ പ്രതിരൂപമായി മലയാള സിനിമയിൽ അവരോധിക്കപ്പെട്ട 'മുസൽമാൻ' കഥാപാത്രങ്ങളുടെ ചുട്ടികുത്തലുകളെ പുറന്തള്ളിക്കൊണ്ടാണ് നന്മയുള്ള അബുവും ഐശുവും പ്രേക്ഷകനോടു സംവദിക്കുന്നത്. യഥാർത്ഥ നന്മ ഫ്യൂഡൽ മാടമ്പിമാരിലും സാമ്പത്തിക മേല്ക്കോയ്മ പുലർത്തുന്ന ക്രിസ്ത്യൻ അച്ചായൻ കുടുംബങ്ങളിലും മാത്രമല്ല അബുവിനെപ്പോലെ പാർശ്വവല്ക്കരിക്കപ്പെട്ട, ദാരിദ്ര്യരേഖയുടെ ഏറ്റവും താഴേതട്ടിൽ നില്ക്കുന്ന ഒട്ടനവധി പേരിലാണുള്ളതെന്ന് സാക്ഷ്യപ്പെടുത്തുന്ന *ആദാമിന്റെ മകൻ അബു* നന്മയുടെ ജാതി മതാടിസ്ഥാനത്തിനുള്ള വിളമ്പലുകൾക്കു പ്രസക്തിയില്ലെന്നുകൂടി ഓർമ്മപ്പെടുത്തുന്നുണ്ട്.

അബുവിന്റേയും ഐശുവിന്റേയും ഹൃദയ നൈർമ്മല്യം പ്രകടമാകുന്നത് ചിത്രത്തിന്റെ അവസാന രംഗത്താണ്. 'ചിലപ്പോ പിലാവ് മുറിച്ചത് പടച്ചോന് ഇഷ്ടമായിട്ടുണ്ടാവില്ല. അതൊരു ജീവനല്ലേ അയ്സു' എന്നു വിലപിക്കുന്ന അബു തന്റെ തെറ്റിനു പ്രായശ്ചിത്തം ചെയ്യുന്നത് സുബ്ഹി നമസ്കാരത്തിന് പള്ളിയിൽ പോകുന്നതിനുമുമ്പ് ഒരു പ്ലാവിൻതൈ നട്ടുപിടിപ്പിച്ചുകൊണ്ടാണ്. അതിവിശാലമായ, നാട്യങ്ങളില്ലാത്ത പ്രകൃതി-പരിസ്ഥിതി സ്നേഹം അബുവെന്ന സാധാരണ മനുഷ്യൻ പ്രകടിപ്പിക്കുമ്പോൾ അതു പ്രേക്ഷകനിൽ പുതിയൊരു പാരിസ്ഥിതികാവബോധം സൃഷ്ടിക്കുന്നതിനുതന്നെ പര്യാപ്തമായി മാറുന്നുണ്ട്. അതുതന്നെയാണ് *ആദാമിന്റെ മകൻ അബു*വിലെ നന്മയുടെ വിജയവും.

അസഹിഷ്ണുതകളും അതിജീവനങ്ങളും

സലിം അഹമ്മദ് എന്ന സംവിധായന്റെ പ്രഥമ ചിത്രമായ *ആദാമിന്റെ മകൻ അബു* 2011 ലെ ഇന്ത്യയുടെ ഔദ്യോഗിക ഓസ്കാർ നേടിയത് ഏതൊരു മലയാളിക്കും അഭിമാനിക്കാവുന്ന കാര്യമായിരിക്കുമ്പോൾതന്നെ നന്മ നിറഞ്ഞുപോയതിന്റെ പേരിൽ ഈ ചിത്രത്തെ വിമർശിച്ചൊടുക്കിക്കളയുവാൻ മലയാളത്തിലെ ഓൺലൈൻ, അച്ചടിമാധ്യമങ്ങളിലെ ഒരുവിഭാഗം നിരൂപകർ കഠിനമായി തൂലികയുന്തുകയുണ്ടായി. നന്മനിറഞ്ഞ ഗ്രാമീണരെ അവതരിപ്പിച്ചത് പ്രശ്നം, അബുവായി സലിം കുമാറിനെ തെരഞ്ഞെടുത്തതിൽ പ്രശ്നം, അക്ബർ ട്രാവൽസിന്റെ ദൃശ്യങ്ങൾ കാണിച്ചതിൽ പ്രശ്നം, ദരിദ്രവാസി അബു ഹജ്ജ് ചെയ്യാൻ ശ്രമി

ച്ചതിൽ പ്രശ്നം എന്നു തുടങ്ങി *ആദാമിന്റെ മകൻ അബു* എന്നാൽ സങ്കീർണ്ണവും ഗുരുതരവും സാമൂഹ്യവും സാംസ്കാരികവുമായ പ്രശ്നങ്ങളുടെ കേന്ദ്രമാണ് എന്നു സ്ഥാപിച്ചെടുക്കുവാൻ ഉദ്യമിച്ച ചലച്ചിത്ര നിരൂപകരുടെ നിലപാടുകൾക്ക് യാതൊരു പ്രസക്തിയുമില്ലായെന്നു തെളിയിച്ചുകൊണ്ട് *ആദാമിന്റെ മകൻ അബു* ദേശീയ അന്തർദ്ദേശീയ തലങ്ങളിൽ നിരവധി പുരസ്കാരങ്ങൾ നേടുകയുണ്ടായി. ഒരുകോടി ഇരുപതുലക്ഷത്തിനു പൂർത്തീകരിച്ച *ആദാമിന്റെ മകൻ അബു* ദേശീയ സംസ്ഥാന അവാർഡുകളുടെ പിന്തുണയുമായി കേരളത്തിലെ എഴുപതു തിയറ്ററുകളിലൂടെ പ്രേക്ഷക സമക്ഷം എത്തി അവരുടെ അംഗീകാരങ്ങൾ നേടിയെടുക്കുകയുണ്ടായി. അതീവ ലളിതമായൊരു ഇതിവൃത്തത്തെ അതിഭാവുകത്വങ്ങളൊന്നുമില്ലാതെ അവതരിപ്പിച്ചയിടത്താണ് *ആദാമിന്റെ മകൻ അബു* അതിന്റെ പൂർണ്ണതയിലെത്തുന്നത്. മധു അമ്പാട്ടിന്റെ ഛായാഗ്രഹണ മികവ് ചിത്രത്തിന്റെ തെളിവുറ്റ സൗന്ദര്യമായി നില്ക്കുന്നു.

ദേശീയ - സംസ്ഥാന പുരസ്കാരങ്ങൾ നേടുന്ന ചിത്രങ്ങൾ ബുദ്ധിജീവി നെറ്റിപ്പട്ടവുംകെട്ടി പ്രേക്ഷകന്റെ മുമ്പിൽ എത്തുമ്പോൾ അവൻ സ്വാഭാവികമായി അത്തരം ചിത്രങ്ങളെ ഒഴിവാക്കിയിരുന്നെങ്കിൽ *ആദാമിന്റെ മകൻ അബു*വിനോട് പ്രേക്ഷകർ അത്തരത്തിലൊരു വിവേചനം കാട്ടിയിരുന്നില്ല. അവാർഡു സിനിമകളുടെ സ്ഥിരം ക്ലീഷേകൾ ഒന്നുംതന്നെയില്ലാത്ത, ലളിതമായ ചിത്രത്തെ ആത്മാർത്ഥമായി അംഗീകരിക്കുവാൻ മലയാളിക്കു കഴിഞ്ഞു. കോമഡി നടൻ എന്ന പേരിൽ ബ്രാൻഡ് ചെയ്യപ്പെട്ട സലിംകുമാറിന്റെ കരിയറിൽ ചരിത്രപരമായൊരു വഴിത്തിരിവ് സൃഷ്ടിക്കുവാൻ *ആദാമിന്റെ മകൻ അബു*വിനു കഴിഞ്ഞു. അബു നല്കിയ ഊർജ്ജത്തിന്റെ ബലത്തിലാണ് സലിം അഹമ്മദ് *കുഞ്ഞനന്തന്റെ കട, പത്തേമാരി* എന്നീ ചിത്രങ്ങളും ഒരുക്കിയത്. ലാളിത്യമായിരിക്കണം ചലച്ചിത്രത്തിന്റെ മുഖമുദ്രയെന്നു ചലച്ചിത്രചരിത്രത്തിൽ സ്ഥാപിച്ചെടുക്കുവാൻ *ആദാമിന്റെ മകൻ അബു*വിനു കഴിഞ്ഞു.

അനുബന്ധം ഒന്ന്

മികച്ച സംവിധായകനുള്ള ദേശീയ പുരസ്കാരം നേടിയവർ

മലയാള സിനിമയെ സംബന്ധിച്ചിടത്തോളം അടൂർ ഗോപാലകൃഷ്ണൻ, ജി അരവിന്ദൻ, ഷാജി എൻ കരുൺ, ടി വി ചന്ദ്രൻ, ജയരാജ്, രാജീവ് നാഥ് തുടങ്ങിയ ആറുപേരാണ് മികച്ച സംവിധായകനുള്ള ദേശീയ പുരസ്കാരം നേടിയത്. അടൂരും (5 പ്രാവശ്യം), അരവിന്ദനും (3 പ്രാവശ്യം) ഒന്നിലധികം തവണം മികച്ച സംവിധായകനുള്ള പുരസ്കാരം നേടിയെന്നുള്ളത് സിനിമയെ സ്നേഹിക്കുന്നവർക്ക് അഭിമാനകരമാണ്.

അടൂർ ഗോപാലകൃഷ്ണൻ (1972, 1984, 1987, 1989, 2007)

മലയാള ചലച്ചിത്രരംഗത്ത് 'നവ സിനിമ'യ്ക്കു തുടക്കം കുറിച്ച സംവിധായകനായ അടൂർ ഗോപാലകൃഷ്ണൻ പ്രഥമ ഫീച്ചർ ഫിലിമായ *സ്വയംവര*ത്തിലൂടെ മികച്ച സംവിധായകനുള്ള ദേശീയ പുരസ്കാരം നേടിയെടുത്തു. *സ്വയംവര*ത്തെത്തുടർന്ന് *മുഖാമുഖം* (1984), *അനന്തരം* (1987), *മതിലുകൾ* (1989), *നാലുപെണ്ണുങ്ങൾ* (2007) എന്നീ ചിത്രങ്ങളിലൂടെയും മികച്ച സംവിധായകനുള്ള പുരസ്കാരം നേടിയെടുത്തു. ചിത്രലേഖ ഫിലിം കോപ്പറേറ്റീവ് നിർമ്മിച്ച *സ്വയംവരം* വിശ്വത്തിന്റെയും സീതയുടെയും ജീവിതത്തിലെ ദുരന്തങ്ങളിലേക്കുള്ള യാത്രയായിരുന്നു. എഴുപതുകളിലെ മദ്ധ്യവർഗ്ഗം അനുഭവിക്കേണ്ടിവന്ന സാമൂഹ്യ രാഷ്ട്രീയ പ്രതിസന്ധികളെ പശ്ചാത്തലമാക്കി അവതരിപ്പിച്ച *സ്വയംവരം* ചലച്ചിത്ര മാധ്യമത്തെക്കുറിച്ചു പ്രേക്ഷകർക്കുണ്ടായിരുന്ന പൊതുധാരണകളെ മാറ്റിമറിച്ചു. അടൂരിന്റെ *മുഖാമുഖം* ശ്രീധരനെന്ന തൊഴിലാളി നേതാവിന്റെ സംഘർഷങ്ങളും തിരോധാനവും മടങ്ങിവരവും വ്യത്യസ്തകാലഘട്ടങ്ങളിലൂടെയവതരിപ്പിച്ചുകൊണ്ട് സാമൂഹ്യ

വിമർശനത്തിന്റെ പുതിയ തലങ്ങൾ സൃഷ്ടിച്ചു. അടൂർ ചിത്രങ്ങളിൽ ഏറ്റവുമധികം രാഷ്ട്രീയ വിവാദങ്ങൾ സൃഷ്ടിച്ച ചലച്ചിത്രമായിരുന്നു *മുഖാമുഖം*. *സ്വയംവര*ത്തിൽനിന്നും *മുഖാമുഖ*ത്തിൽനിന്നും തികച്ചും വ്യത്യസ്തമായ ആഖ്യാനം സ്വീകരിച്ച *അനന്തരം* അജയനെന്ന അനാഥന്റെ ആത്മസംഘർഷങ്ങളിലൂടെ സഞ്ചരിച്ച ചലച്ചിത്രമാണ്. സ്വതന്ത്രമായ ആശയത്തിൽനിന്നും സ്വതന്ത്രമായ തിരക്കഥയിലേക്കു അന്വേഷണബുദ്ധിയോടെ നീങ്ങാനുള്ള അടൂരിന്റെ നിലപാടുകളിൽനിന്നും വ്യതിചലിച്ചുകൊണ്ട് നിർമ്മിക്കപ്പെട്ട ചിത്രമാണ് *മതിലുകൾ*. വൈക്കം മുഹമ്മദ് ബഷീറിന്റെ ജീവിതത്തിലെ ഒരു ഘട്ടമായ ജയിൽജീവിതത്തെ കേന്ദ്രീകരിച്ചെഴുതപ്പെട്ട *മതിലു*കളുടെ അനുകല്പന സൃഷ്ടിയാണ് മമ്മൂട്ടിയെ മുൻനിർത്തി അടൂർ ഒരുക്കിയെടുത്തത്. *മതിലു*കൾക്കുശേഷം അടൂരിൽ നിന്നും *വിധേയൻ, നാലുപെണ്ണുങ്ങൾ, ഒരു പെണ്ണും രണ്ടാണും* എന്നീ അനുകല്പന ചിത്രങ്ങൾ നിർമ്മിക്കപ്പെട്ടു. തകഴിയുടെ സ്ത്രീ കേന്ദ്രിതമായ നാലു ചെറുകഥകൾ ചേർത്തുവെച്ച് അടൂർ സംവിധാനം ചെയ്ത *നാലുപെണ്ണുങ്ങൾ* തെരുവു വേശ്യ, കർഷകത്തൊഴിലാളി, വീട്ടമ്മ, അവിവാഹിത എന്നിവരെ മുൻനിറുത്തി സമൂഹത്തിന്റെ സദാചാരസങ്കല്പങ്ങളെ വിമർശന വിധേയമാക്കുന്നു. അഞ്ചുതവണ മികച്ച സംവിധായകനുള്ള ദേശീയ പുരസ്കാരം നേടിയ അടൂർ *മുഖാമുഖം, അനന്തരം* എന്നിവയിലൂടെ മികച്ച തിരക്കഥാകൃത്തിനുള്ള ദേശീയ പുരസ്കാരങ്ങളും നേടി.

ജി അരവിന്ദൻ (1977, 78, 86)

മലയാളസിനിമയ്ക്കു വൈവിദ്ധ്യമാർന്ന പ്രമേയ- ആഖ്യാനങ്ങളിലൂടെ ചലച്ചിത്രത്തിന്റെ സൗന്ദര്യശാസ്ത്രത്തെ ബോദ്ധ്യപ്പെടുത്തിയ അരവിന്ദൻ *കാഞ്ചനസീത* (1977), *തമ്പ്* (1978), *ഒരിടത്ത്* (1986) എന്നീ ചിത്രങ്ങളിലൂടെ മൂന്നു തവണ മികച്ച സംവിധായകനുള്ള ദേശീയ പുരസ്കാരം നേടിയെടുത്തു. സി എൻ ശ്രീകണ്ഠൻനായരുടെ രാമായണ നാടകത്രയത്തിലെ *കാഞ്ചനസീത*യെ അവലംബിച്ച് ഒരുക്കിയ *കാഞ്ചനസീത* ഗോത്രവർഗ്ഗ പ്രതിനിധികളായ രാമലക്ഷ്മണൻമാരെയാണവതരിപ്പിച്ചത്. സീതയെ പ്രകൃതിയായി ആഖ്യാനം നിർവ്വഹിച്ച *കാഞ്ചനസീത* സീതാ- രാമലക്ഷ്മണന്മാരെ സംബന്ധിച്ചു *രാമായണം* നിർമ്മിച്ചെടുത്ത സങ്കല്പങ്ങളെ പാടേ തള്ളിക്കളഞ്ഞിരുന്നു. ഒരു ഗ്രാമപ്രദേശത്ത് സർക്കസ് അവതരിപ്പിക്കാനെത്തുന്ന സർക്കസ് കലാകാരന്മാരുടെ അനുഭവങ്ങളെയവതരിപ്പിച്ച *തമ്പ്* അരവിന്ദനു മികച്ച സംവിധായകനുള്ള ദേശീയ പുരസ്കാരം രണ്ടാമതും നേടിക്കൊടുത്തു. വൈദ്യുതിയില്ലാത്ത ഗ്രാമത്തിലേക്ക് വൈദ്യുതി കടന്നു വരുമ്പോഴുണ്ടാകുന്ന മാറ്റങ്ങളെ 'ഐറണി'യുടെ പശ്ചാത്തലത്തിലവതരിപ്പിച്ചിച്ച *ഒരിടത്ത്* മൂന്നാമത്തെ ദേശീയ പുരസ്കാരവും നേടിക്കൊടുത്തു. കാർട്ടൂണിസ്റ്റ്, ചിത്രകാരൻ എന്നീനിലകളിൽ പ്രശസ്തനായ അരവിന്ദൻ 1974 ലെ *ഉത്തരായന*ത്തി

ലൂടെയാണ് തുടക്കം കുറിക്കുന്നത്. ദേശീയ അവാർഡു നേടിക്കൊടുത്ത *കാഞ്ചനസീത, തമ്പ്, ഒരിടത്ത്* എന്നിവയോടൊപ്പം ശ്രദ്ധിക്കപ്പെട്ട ചലച്ചിത്രങ്ങളാണ് *കുമ്മാട്ടി, എസ്തപ്പാൻ, പോക്കുവെയിൽ, ചിദംബരം, വാസ് തുഹാര* തുടങ്ങിയവ. എഴുപതുകളിലെ സമാന്തര സിനിമയെ പ്രബലമാക്കുന്നതിൽ വളരെ വലിയൊരു സ്ഥാനം അരവിന്ദൻ സ്കൂളിനുണ്ടായിരുന്നു.

ഷാജി എൻ കരുൺ (1988)

പ്രഥമ ചിത്രമായ *പിറവി*യിലൂടെ മികച്ച സംവിധായകനുള്ള ദേശീയ പുരസ്കാരം നേടിയ ഷാജി എൻ കരുൺ മലയാള സിനിമയെ ലോക സിനിമ ഭൂപടത്തിൽ മിഴിവോടെ അടയാളപ്പെടുത്തിയ സംവിധായകനാണ്. മകന്റെ തിരോധാനത്തിൽ വേദനിക്കുന്ന പിതാവിന്റെ കഥ പറഞ്ഞ *പിറവി* അടിയന്തരാവസ്ഥക്കാലത്തെ രാജൻ സംഭവത്തെ പ്രേക്ഷകരിൽ ഓർമ്മപ്പെടുത്തി. *പിറവി*യിലൂടെ രാഘവചാക്യാരെ അവതരിപ്പിച്ച പ്രേംജി മികച്ച നടനുള്ള ദേശീയപുരസ്കാരം നേടി. *പിറവി*ക്കുശേഷം *സ്വം, വാനപ്രസ്ഥം, കുട്ടിസ്രാങ്ക്, സ്വപാനം* എന്നീ ചിത്രങ്ങളും ഷാജി എൻ കരുണിന്റേതായി നിർമ്മിക്കപ്പെട്ടിട്ടുണ്ട്. ഇവയിൽ *വാനപ്രസ്ഥവും കുട്ടിസ്രാങ്കും* മികച്ച സിനിമയ്ക്കുള്ള ദേശീയ പുരസ്കാരം നേടിയിരുന്നു. കഥകളികലാകാരനായ കുഞ്ഞുക്കുട്ടന്റെ ജീവിത സംഘർഷങ്ങളിലൂടെയാണ് *വാനപ്രസ്ഥം* സഞ്ചരിച്ചതെങ്കിൽ *കുട്ടി സ്രാങ്ക്* ജാതി മതകാല ദേശഭേദങ്ങളില്ലാത്ത സ്രാങ്കിന്റെ ജീവിതത്തിന്റെ വ്യത്യസ്ത പരിച്ഛേദങ്ങളായിരുന്നു. ജയറാം കേന്ദ്രകഥാപാത്രത്തെയവതരിപ്പിച്ച *സ്വപാനം* ചെണ്ട വാദ്യകലാകാരന്റെ മാനസിക വിഹ്വലതകളിലൂടെയുള്ള കാഴ്ചപ്പാടുകളെയാണവതരിപ്പിച്ചത്. കഥാപാത്രങ്ങളുടെ വ്യക്തി സംഘർഷങ്ങൾക്കുള്ളിലൂടെ നീങ്ങുന്ന ഷാജി എൻ കരുണിന്റെ ചലച്ചിത്രാഖ്യാനം സമാന്തര സിനിമയുടെ ചട്ടക്കൂടുകൾക്കു പുറത്തു നില്ക്കുന്നവയാണ്.

ടി വി ചന്ദ്രൻ (1993)

*പൊന്തൻമാട*യിലൂടെ ടി വി ചന്ദ്രൻ 1993 ലെ മികച്ച സംവിധായകനുള്ള ദേശീയ പുരസ്കാരം നേടി. സവിശേഷ വ്യക്തിത്വമായ പൊന്തൻമാട, ഇംഗ്ലണ്ടിൽനിന്നും നാടുകടത്തപ്പെട്ട് നാട്ടിൽ താമസിക്കുന്ന ശീമത്തമ്പുരാൻ എന്നിവരുടെ ബന്ധത്തിലൂടെ നീങ്ങുന്ന *പൊന്തൻമാട* കേരളത്തിലെ രാഷ്ട്രീയപ്രശ്നങ്ങളുടെ സൂചനകൾ കൂടി പങ്കുവയ്ക്കുന്നുണ്ട്. 1979 ലെ *കൃഷ്ണൻകുട്ടി*യിലൂടെ തുടക്കം കുറിച്ച ടി വി ചന്ദ്രന്റെ ശ്രദ്ധേയമായ മറ്റു സിനിമകളാണ് *ആലീസിന്റെ അന്വേഷണം, മങ്കമ്മ, സൂസന്ന, ഡാനി, പാഠം ഒന്ന് ഒരു വിലാപം, കഥാവശേഷൻ, വിലാപങ്ങൾക്കപ്പുറം, ഭൂമി മലയാളം, ഭൂമിയുടെ അവകാശികൾ, മോഹവലയം* തുടങ്ങിയവ പാർശ്വവല്ക്കരിക്കപ്പെട്ട ദളിത്, സ്ത്രീകഥാപാത്രങ്ങളിലൂടെ, സമകാലിക രാഷ്ട്രീയ പ്രതിസന്ധികളിലൂടെ സഞ്ചരിക്കുന്ന ടി വി ചന്ദ്രന്റെ ചലച്ചി

ത്രങ്ങൾ ഒരു തലത്തിൽ സാമൂഹ്യപ്രതിബദ്ധതയുടെ പാഠങ്ങളാണ്.

ജയരാജ് (1997)

*കളിയാട്ട*ത്തിലൂടെ മികച്ച സംവിധായകനുള്ള പുരസ്കാരം നേടിയ ജയരാജ് ദേശീയ അവാർഡു നേടിയ മറ്റു സംവിധായകരിൽനിന്നും വ്യത്യസ്തമായി കലാമൂല്യമുള്ള ചിത്രങ്ങളോടൊപ്പം വാണിജ്യവിജയം നേടിയ കച്ചവട ചിത്രങ്ങളും സംവിധാനം ചെയ്തിരുന്നു. *വിദ്യാരംഭം* മുതൽ *വീരം* വരെയുള്ള ചലച്ചിത്ര ജീവിതത്തിൽ കലാമൂല്യമുള്ള ചിത്രങ്ങളായി *കളിയാട്ടം, ശാന്തം, കരുണം, ഒറ്റാൽ* എന്നീ ചിത്രങ്ങളുണ്ട്. ഷേക്സിപിയറുടെ *ഒഥല്ലോ*യെ കേരളീയാന്തരീക്ഷത്തിൽ പുനഃസൃഷ്ടിച്ച *കളിയാട്ടം* സുരേഷ്ഗോപിക്ക് മികച്ച നടനുള്ള ദേശീയ പുരസ്കാരം നേടികൊടുത്തു. കണ്ണൻ പെരുമലയന്റെ സംഘർഷാത്മകജീവിതത്തിലൂടെയാണ് *കളിയാട്ടം* നീങ്ങിയതെങ്കിൽ *ശാന്തം* കേരളീയ സമൂഹത്തിലെ രാഷ്ട്രീയകൊലപാതകത്തിന്റെ കാര്യകാരണങ്ങളെ വിശകലനം ചെയ്ത് അവയുടെ അർത്ഥശൂന്യതകളെ വെളിപ്പെടുത്തി. *കരുണം* വാർദ്ധക്യജീവിതത്തിന്റെ നേർകാഴ്ചകളെയവതരിപ്പിച്ച ജയരാജ് ചിത്രമായിരുന്നു. 2014 ൽ മികച്ച പാരിസ്ഥിതിക ചിത്രത്തിനുള്ള ദേശീയ അവാർഡു നേടിയ *ഒറ്റാൽ* കുട്ടനാട്ടിലെ താറാവുകർഷകൻ വല്യപ്പച്ചായിയും ചെറുമകൻ കുട്ടപ്പായിയും തമ്മിലുള്ള ആത്മബന്ധത്തെയാവിഷ്കരിച്ചു. ബാലവേലയുടെ ഭീകരതകളെ ഓർമ്മപ്പെടുത്തുന്ന *ഒറ്റാൽ* ബാലവേലയ്ക്കെതിരെയുള്ള ആഹ്വാനം പ്രേക്ഷക മനസ്സിൽ സൃഷ്ടിച്ചു. 2014 ലെ ദേശീയ പുരസ്കാരസമിതി *ഒറ്റാലി*നെ മികച്ച പരിസ്ഥിതി ചിത്രമായി ഒതുക്കിയെങ്കിൽ 2014 ലെ മികച്ച ചിത്രത്തിനുള്ള സംസ്ഥാന അവാർഡു *ഒറ്റാൽ* നേടി. ഈ രണ്ട് അവാർഡുകൾക്കപ്പുറത്ത് *ഒറ്റാൽ* ഇരുപതാമത്തെ അന്താരാഷ്ട്ര ചലച്ചിത്രമേളയിൽ മികച്ച ചിത്രത്തിനുൾപ്പെടെയുള്ള നാലു പുരസ്കാരങ്ങൾ നേടി ചരിത്രം കുറിച്ചു.

രാജീവ് നാഥ് (1988)

1998 ലെ *ജനനി*യെന്ന ചിത്രത്തിലൂടെ മികച്ച സംവിധായകനുള്ള പുരസ്കാരം നേടിയ വ്യക്തിയാണ് രാജീവ് നാഥ്. ഒരു കന്യാസ്ത്രീ മഠവും ഒരു ക്രിസ്തുമസ് ദിനത്തിൽ അവിടെ ഉപേക്ഷിക്കപ്പെടുന്ന കുഞ്ഞും ചേർന്നുള്ള പ്രമേയമാണ് *ജനനി* അവതരിപ്പിച്ചത്. എഴുത്തുകാരൻ സക്കറിയ, സംവിധായകൻ രാജീവ് നാഥ് എന്നിവർ ചേർന്നു തിരക്കഥയെഴുതിയ *ജനനി*യിൽ സിദ്ധിഖ്, വത്സലാമേനോൻ, ശ്രീദേവി തുടങ്ങിയവർ പ്രധാന കഥാപാത്രങ്ങളെയവതരിപ്പിച്ചു. *തണൽ* (1978) എന്ന ചിത്രത്തിലൂടെ തുടക്കം കുറിച്ച രാജീവ് നാഥിന് വലിയ അംഗീകാരം നേടിക്കൊടുത്ത ചിത്രമാണ് *ജനനി*. *കടൽത്തീരത്ത്, ഡേവിഡ് ആൻഡ് ഗോലിയത്ത്, രസം* തുടങ്ങിയവയാണ് രാജീവ് നാഥിന്റെ മറ്റുള്ള ചിത്രങ്ങൾ.

അനുബന്ധം രണ്ട്

ദേശീയ അവാർഡുനേടിയ അഭിനേതാക്കൾ

നടന്മാർ	ചിത്രം	കഥാപാത്രം	വർഷം
1. പി ജെ ആന്റണി	നിർമ്മാല്യം	വെളിച്ചപ്പാട്	1973
2. ഗോപി	കൊടിയേറ്റം	ശങ്കരൻകുട്ടി	1977
3. ബാലൻ കെ നായർ	ഓപ്പോൾ	ഗോവിന്ദൻ	1980
4. പ്രേംജി	പിറവി	രാഘവചാക്യാർ	1988
5. മമ്മൂട്ടി	മതിലുകൾ,	ബഷീർ,	
	ഒരു വടക്കൻവീരഗാഥ	ചന്തു	1989
6. മോഹൻലാൽ	ഭരതം	ഗോപിനാഥൻ	1991
7. മമ്മൂട്ടി	പൊന്തൻമാട,	മാട,	
	വിധേയൻ	ഭാസ്കരപട്ടേലർ	1993
8. ബാലചന്ദ്രമേനോൻ	സമാന്തരങ്ങൾ	ഇസ്മയിൽ	1997
9. സുരേഷ്ഗോപി	കളിയാട്ടം	കണ്ണൻ	
	പെരുമലയൻ	1997	
10. മോഹൻലാൽ	വാനപ്രസ്ഥം	കുഞ്ഞിക്കുട്ടൻ	1999
11. മുരളി	നെയ്ത്തുകാരൻ	അപ്പമേസ്ത്രി	2001
12. സലിംകുമാർ	ആദാമിന്റെ മകൻ		
	അബു	അബു	2010
13. സുരാജ്			
വെഞ്ഞാറമൂട്	പേരറിയാത്തവർ	അച്ഛൻ	2013

ദേശീയ അവാർഡുനേടിയ നടിമാർ

നടി	ചിത്രം	കഥാപാത്രം	വർഷം
1. ശാരദ	തുലാഭാരം	വിജയ	1968
2. ശാരദ	സ്വയംവരം	സീത	1972
3. മോനിഷ	നഖക്ഷതങ്ങൾ	ഗൗരി	1986
4. ശോഭന	മണിച്ചിത്രത്താഴ്	ഗംഗ	1993
5. മീരാജാസ്മിൻ	പാഠം ഒന്ന് ഒരു വിലാപം	ഷാഹിന	2003
6. സുരഭിലക്ഷ്മി	മിന്നാമിനുങ്ങ്		2016

ദേശീയ അവാർഡു നേടിയ ബാലതാരങ്ങൾ

1. അരവിന്ദ്	ഓപ്പോൾ	(1980)
2. വിമൽ	ആരൂഢം	(1982)
3. സുരേഷ്	മലമുകളിലെ ദൈവം	(1983)
4. അരവിന്ദ്, സുരേഷ് മുകേഷ്, സോണിയ	മൈ ഡിയർ കുട്ടിച്ചാത്തൻ	(1984)
5. കുമാർ	ദേശാടനം	(1996)
6. അശ്വിൻ തമ്പി	ജലമർമ്മരം	(1999)
7. കാളിദാസ് ജയറാം	എന്റെ വീട് അപ്പൂന്റേം	(2003)
8. മിനോൺ	101 ചോദ്യങ്ങൾ	(2012)

അനുബന്ധം മൂന്ന്

മികച്ച ഛായാഗ്രഹണത്തിനു ദേശീയ പുരസ്കാരം നേടിയവർ

1. മങ്കട രവിവർമ്മ സ്വയംവരം (1972)
2. പി എസ് നിവാസ് മോഹിനിയാട്ടം (1976)
3. ഷാജി എൻ കരുൺ തമ്പ് (1978)
4. ശിവൻ യാഗം (1980)
5. വേണു അമ്മ അറിയാൻ
   നമുക്കുപാർക്കാൻ
   മുന്തിരിത്തോപ്പുകൾ (1986)
6. സന്തോഷ്ശിവൻ പെരുന്തച്ചൻ (1990)
7. വേണു പൊന്തമാട (1993)
8. കെ വി ആനന്ദ് തേന്മാവിൻകൊമ്പത്ത് (1994)
9. സന്തോഷ് ശിവൻ കാലാപാനി (1995)
   (ഇരുവർ (1997), ദിൽസേ (1998)
   എന്നിവയിലൂടെയും പുരസ്കാരം നേടിയിട്ടുണ്ട്.)
10. അഞ്ജലി ശുക്ല കുട്ടിസ്രാങ്ക് (2009)
11. മധു അമ്പാട്ട് ആദാമിന്റെ മകൻ അബു (2010)
   (ആദിശങ്കരാചാര്യ (1983),
   ശൃംഗാരം (2005) എന്നിവയിലൂടെയും പുരസ്കാരം നേടിയിട്ടുണ്ട്.)

ദേശീയ അവാർഡുനേടിയ തിരക്കഥാകൃത്തുക്കൾ

1. എസ് എൽ പുരം സദാനന്ദൻ അഗ്നിപുത്രി (1967)
2. അടൂർ ഗോപാലകൃഷ്ണൻ മുഖാമുഖം (1984)
3. ,, അനന്തരം (1987)

4.	എം ടി വാസുദേവൻ നായർ	ഒരുവടക്കൻ വീരഗാഥ	(1989)
5.	,,	കടവ്	(1991)
6.	,,	സദയം	(1992)
7.	,,	പരിണയം	(1994)
8.	മാടമ്പ് കുഞ്ഞിക്കുട്ടൻ	കരുണ	(1999)
9.	പി എഫ് മാത്യൂസ് & ഹരികൃഷ്ണൻ	കുട്ടിസ്രാങ്ക്	(2009)
10.	അഞ്ജലി മേനോൻ	ഉസ്താദ് ഹോട്ടൽ	(2012)
11.	ജോഷി മംഗലത്ത്	ഒറ്റാൽ	(2014)
12.	ശ്യാം പുഷ്കരൻ	മഹേഷിന്റെ പ്രതികാരം	(2016)

Printed by Libri Plureos GmbH in Hamburg,
Germany